INSIGHT PUBLICA®

INSIGHT PUBLICA®
Nadakkavu, Kozhikode, Kerala
www.insightpublica.com
e-mail: insightpublica@gmail.com
Jalarathi
(Malayalam)
Rafeeq Pattery
First Edition: September 2021

ISBN 978-93-5517-017-0
Printed and Published by
Insightinpublica Printers & Publishers Pvt. Ltd.

ജല രതി

റഫീക്ക് പട്ടേരി

INSIGHT PUBLICA®

പൊന്നാനി താലൂക്കിൽ പെരുമ്പടപ്പിൽ ജനനം. ഫിലിം മേക്കർ, തിരക്കഥാകൃത്ത്, മാധ്യമ പ്രവർത്തകൻ, ഫോട്ടോഗ്രാഫർ.

ചെറുകഥയ്ക്കുള്ള മൂന്നു പുരസ്ക്കാരങ്ങൾ ലഭിച്ചിട്ടുണ്ട്. പ്രഥമ മഹാത്മ സാഹിത്യ പുരസ്ക്കാരം 'ഘടികാര നീതി' എന്ന ചെറുകഥാ സമാഹാരത്തിന് ലഭിച്ചു.

കൃതികൾ: *ഘടികാര നീതി* (ചെറുകഥ സമാഹാരം). *ഋഷി കവി* (തിരക്കഥ), *യാത്രികൻ* (തിരക്കഥ), *പിതാവും പുത്രനും* (നോവൽ)

ഫോൺ: 09846964386

rafeeqpattery@gmail.com

റഫീക്ക് പട്ടേരി

ഉള്ളടക്കം

ജൂഹുവിലെ സായാഹ്നം

ഒന്ന്

കരിന്തൊലി പുതച്ച പുറത്ത് വീഴുന്ന ഓരോ അടിയിലും ജന്മങ്ങൾക്കിടയിലെ വിടവ് നികത്തി നുകം മണ്ണിലമരുമ്പോൾ വലിക്കാൻ പ്രയാസപ്പെട്ട് നിസ്സഹായരാവുമ്പോൾ കരിന്തൊലിയെ പ്രകമ്പനം കൊള്ളിച്ച് വീഴുന്ന ഓരോ അടിക്കും അവ മൗനമായി നിലവിളിച്ചു. കരുത്ത് നൽകാൻ പിതാമഹാന്മാരോട് പ്രാർത്ഥിച്ചു.

വേദങ്ങളുടെ പ്രാചീനതയറിയാത്ത, ആ മഹാമൗനികൾ ആഞ്ഞു വലിച്ചു. തീക്ഷണമായ ചൂടും, അടിയുടെ വേദനയും മിണ്ടാപ്രാണികൾ പ്രതിഷേധിച്ചില്ല വിധിയുടെ നിഴലിൽ എല്ലാം ഏറ്റുവാങ്ങി.

“അച്ഛാ അവ പാവമല്ലേ ? എന്തിനാ അടിക്കുന്നത്”

“അടികൊണ്ടാലെ അവ പണിയെടുക്കു. ഈ നിലം മുഴുവൻ ഉഴുത് മറിക്കാൻ അവ അടികൊണ്ടേ മതിയാവൂ. ഇവകളുടെ വിധിയാണത്. വിധിയെ തടുക്കാൻ ആർക്കുമാവില്ലല്ലോ’’.

“എന്നാലും പാവല്ലേ അച്ഛാ...’’

കിഴക്കൻ കാറ്റിൽ ആ വാക്കുകളുടെ ജീവനറ്റു. മറുപടി കാത്ത് നിൽക്കേ നിരാശ. വീണ്ടും കരിന്തൊലിയിലമരുന്ന അടിയുടെ ശബ്ദം. അവ ഒന്ന് പ്രതിഷേധിക്ക പോലും ചെയ്യാതെ മുന്നേറി. ഇനിയും നഷ്ട പ്പെടാത്ത ഉർവ്വരതയും തേടി നുകം മണ്ണിലൂടെ സഞ്ചരിച്ചു. അത് പുതിയ, പുതിയ തട്ടുകൾ തീർത്തു. ഓരോ തട്ടിലൂടെയും ആ നുകങ്ങൾ വീണ്ടും സഞ്ചരിച്ചു. സഞ്ചാരത്തിന്റെ ദ്രുതഗതിക്കായ് കരിന്തൊലിയിൽ വീണ്ടും അടികൾ വീണു. വലതുഭാഗത്തുള്ള കരിന്തൊലിയിലാണ് അടികൾ

വീണത്. അന്നത്തെ വിധി ഏറ്റുവാങ്ങാൻ മുജ്ജന്മപാപങ്ങളുടെ ഫലവും പേറി അവ നിന്നും, ആദിയും അന്ത്യവുമില്ലാത്ത ദൈവികതയിൽ.

സൂര്യൻ അസ്തമിക്കുകയാണ്

ഏതോ ദുഃഖത്തിന്റെ ഓർമ്മയും പേറി, പടിഞ്ഞാറൻ ചക്രവാളത്തെ ശോകാർദ്രമാക്കി കടലിൽ ചേരുന്ന സൂര്യനെ നോക്കി അയാൾ ഇരുന്നു. കുറച്ചപ്പുറത്ത് ഒരു പ്രസംഗം നടക്കുകയാണ്. അതിൽ പങ്കുകൊണ്ട് ഒരു പുരുഷാരം നിൽക്കുന്നു. ചീഞ്ഞുനാറുന്ന രാഷ്ട്രീയത്തിന്റെ സ്ഥിരം പല്ലവികളാണുയരുന്നത്. വരാൻ പോകുന്ന പൊതുതെരഞ്ഞെടുപ്പാണ് അവരുടെ ലക്ഷ്യം. ആ ലക്ഷ്യത്തിൽ കരപറ്റാൻ വേണ്ട തന്ത്രങ്ങളാണ് ആ നേതാവിന്റെ വായിൽ നിന്നും പുറപ്പെടുന്നത്. കസേരയിലേക്ക് ചവിട്ടിക്കയറാൻ പൊതുജനത്തിന്റെ ശിരസ്സിന് ബലം വെപ്പിക്കുകയാണ്.

ജൂഹുവിലെ സായാഹ്നത്തിൽ പങ്കുകൊള്ളുന്ന എത്രാമത്തെ ദിവസമാണിത്, അറിയില്ല. അറിയാൻ ശ്രമിച്ചില്ലെന്നതാണ് യാഥാർത്ഥ്യം. കണക്കുകൾക്ക് പണ്ടേതതെറ്റി. തെറ്റുന്ന കണക്കുകളെക്കുറിച്ച് വ്യാകുലപ്പെടുന്ന കാലം കടന്നുപോയിരിക്കുന്നു. ഇപ്പോൾ ഒരുതരം നിർജ്ജീവാവസ്ഥയാണ്. പോക്കുവെയിലിൽ ആകൃഷ്ടമായ ചിന്നിച്ചിതറിയ മനുഷ്യർക്കിടയിൽ അയാൾ ഏകനാണ്. ഏകാന്തത സ്വയം തീർത്തതാണ്. പലതിൽ നിന്നും രക്ഷപ്പെടാൻ. ഒരിക്കലും ഒന്നിൽനിന്നും രക്ഷപ്പെടുന്നുമില്ല. എങ്ങോട്ടു കുതിച്ചാലും ഒടുക്കം തന്റെ വിധിയിലേക്കു തന്നെ വന്നു ചേരുന്നു. അതിൽ കിടന്ന് പിടക്കുകയാണ്. അല്ലാതെ തന്നെക്കൊണ്ടെന്തുമാർഗ്ഗം അച്ഛനെന്ന യാഥാർത്ഥ്യം അസ്തമിച്ച് സ്വന്തം മണ്ണുവിട്ട് പോരുമ്പോൾ പ്രതീക്ഷകളായിരുന്നു. ഓരോ പ്രവൃത്തിയിലും പ്രതീക്ഷകൾ തകർന്നടിഞ്ഞുകൊണ്ടിരുന്നു. നഷ്ടങ്ങളുടെ ഒരു മഹായാനമാണ് ജീവിതം ചതിയിലൂടെ ഈ നഗരവും തന്നെ ചവച്ചുതുപ്പി. എട്ട് ലക്ഷം രൂപയുടെ കടം അതും പാവപ്പെട്ടവൻ കഷ്ടപ്പെട്ട് സ്വരൂപിച്ചവ. ട്രാവൽ ഏജൻസി തുടങ്ങുകയും വിസ തരാൻ ഏജന്റ് തയ്യാറാവുകയും ചെയ്തപ്പോൾ നഷ്ടപ്പെട്ട പ്രതീക്ഷ തിരിച്ചെത്തിയതാണ്. അതും ദുരന്തത്തിൽ കലാശിച്ചു. എട്ട് ലക്ഷം രൂപയും കൊണ്ട് ഏജന്റ് മുങ്ങി. ബാധ്യതയത്രയും തന്റെ തലയിൽ ഇപ്പോൾ ഒന്നുമില്ലാതെ ഈ ജൂഹുതീരത്തിങ്ങനെ...

ഇപ്പോൾ പ്രസംഗം അവസാനിച്ചിരിക്കുന്നു. ജനങ്ങളെല്ലാം പിരിഞ്ഞുപോയി. ശോണിമയാർന്ന ആകാശത്ത് കാർമേഘം വട്ടമിടുന്നു. ഒന്നിനു പിറകെ ഒന്നായി തിരമാലകൾ കരയിൽ വന്ന് ക്ഷയിച്ചുകൊണ്ടിരിക്കുന്നു. ദൂരെയൊരു ബിന്ദുപോലെ ഒരു ബോട്ട് കാണാം.

സൂക്ഷിച്ച നോക്കിയിരിക്കെ അത് മാഞ്ഞുപോകുന്നതുപോലെ തോന്നും. നോക്കിയിരിക്കെ അത് അവ്യക്തമായി.

രാജു ഇരിക്കുന്നിടത്തുനിന്നും എഴുന്നേറ്റു. ഇനി തിരിക്കാം. ഇരുട്ട് വീഴാൻ തുടങ്ങിയിരിക്കുന്നു. അയാൾ പതുക്കെ നടന്നു. നടക്കുന്നതിനിടയിൽ പുഴയിൽ കാൽ ആഴ്ന്ന വീഴാൻ പോയി. അതു സാരമാക്കാതെ രാജു മുന്നോട്ടു നടന്നു. ജ്യൂഹ കടപ്പുറം അയാൾക്ക് പുറകിൽ കറുക്കാൻ തുടങ്ങി.

തട്ടുകടയുടെ മുന്നിലെത്തിയ അയാൾ തട്ടുകടയിലെ പലഹാരങ്ങളിലേക്ക് നോക്കി. വിശപ്പ് ആളിക്കത്തി. ഇറച്ചി വറുക്കുന്ന ഗന്ധം നാസാരന്ധ്രങ്ങളിലേക്ക് കയറി. വായിൽ വെള്ളമൂറി. രാജു കീശയിൽ കയ്യിട്ടുനോക്കി. ശേഷിക്കുന്ന അഞ്ചു രൂപയാണ്. എന്തുവേണം രാജു ഒരു നിമിഷം ചിന്തിച്ചു. ചിന്തകൾക്കപ്പുറത്ത് വിശപ്പിന്റെ ഉൾവിളി.

"രാജൂ..."

അയാൾ ഞെട്ടി, വിളികേട്ട ഭാഗത്തേക്ക് നോക്കി. ആദ്യം ആളെ മനസ്സിലായില്ല. പിന്നീടാണ് മനസ്സിലായത്. അബ്ബാസ്...

"വരൂ ചായ കഴിക്കാം" അബ്ബാസ് പറഞ്ഞു.

അയാൾ എന്ത് പറയണമെന്ന് അറിയാതെ നിന്നു. ഒരു ഭാഗത്ത് അഭിമാനം, മറുഭാഗത്ത് വിശപ്പ്, ശേഷിക്കുന്നത് അഞ്ചു രൂപ. മാത്രമല്ല, അബ്ബാസും അയാളും ഒരേ മുറിയിലാണെങ്കിലും അത്ര വലിയ സൗഹൃദമൊന്നും ഉണ്ടായിരുന്നില്ല.

അബ്ബാസ് പുതിയതായി വന്നതാണ്. താൻ കാലത്ത് ഇറങ്ങിപോവുകയും രാത്രി വൈകിവരുകയും ചെയ്യുന്നതു കൊണ്ട് കൂടുതൽ പരിചയപ്പെടാൻ കഴിഞ്ഞതുമില്ല.

"എന്താത്രെ ചിന്തിക്കാൻ..." അബ്ബാസ് വീണ്ടും പറഞ്ഞു.

ഒടുക്കം അയാൾ തട്ടുകടയിൽ കയറി അബ്ബാസിനടുത്തായി ഇരുന്നു. അബ്ബാസ് ചായ പറഞ്ഞു.

"കഴിക്കാനെന്താ ?" അബ്ബാസ് ചോദിച്ചു.

വിശപ്പുണ്ടെങ്കിലും അയാൾ ഒന്നും വേണ്ടെന്ന് പറഞ്ഞു. അബ്ബാസ് നിർബന്ധിച്ചപ്പോൾ ഒരു ബൺ വാങ്ങിച്ചു. ആർത്തി പുറത്ത് കാണിക്കാതെ അയാൾ വേഗത്തിൽ ബൺ തിന്ന് ചായ കുടിച്ചു. അബ്ബാസ് എഴുന്നേറ്റ് കാശു കൊടുത്തു. ഇരുവരും നടന്നു.

"എന്താ ഇവിടെ ?" അബ്ബാസ് ചോദിച്ചു.

"ഒന്നുല്ല്യ വെറുതെ"

"മാട്ടുങ്കയിലേക്കല്ലേ...?''

"അതെ''.

ഒരിടവേളക്ക് ശേഷം അയാൾ ചോദിച്ചു:

"നിനക്കെന്താ പണി'' ?

"വെൽഡിങ്ങിന്റെ ഹെൽപ്പറായിട്ട് പോവ്വാണ്'' അബ്ബാസ് പറഞ്ഞു. "ഇന്ന് പണി ജൂഹുവിന്റെ അടുത്തായി ഉയരണ ആ ഹോട്ടലിലായിരുന്നു.''

"ഊം...'' രാജു മൂളി

ഈ അലച്ചിൽ നിന്നും തനിക്ക് മോചനമുണ്ടോ ? എട്ട് ലക്ഷത്തിന്റെ ബാദ്ധ്യത തന്നെക്കൊണ്ട് തീർക്കാനാവില്ല. അഞ്ചു രൂപയാണ് ഇനി ശേഷിപ്പ്. തന്റെ ഏക ആസ്തി. ആ താനെങ്ങനെ ഇത്രയും വലിയ തുക കൊടുത്ത് തീർക്കും. പകൽ സമയം ഇങ്ങനെ അലഞ്ഞു തീർക്കും, രാത്രി ലേബർ ക്യാമ്പിലെ ആ മുറിയിൽ ചുരുണ്ടു കൂടും. ഇങ്ങനെ ഇനിയെത്ര ദിവസം മുന്നോട്ട് പോകാനാവും. രുചിയോടെ ഭക്ഷണം കഴിച്ച നാളുകൾ മറന്നിരിക്കുന്നു. മുറിയുടെ വാടകയിനത്തിൽ കൊടുക്കാനുള്ളത് എങ്ങനെ കൊടുക്കും.?

~ഒന്നിനു പിറകെ ഒന്നായി ചിന്തകൾ രാജുവിനെ പൊതിഞ്ഞു. ആ ചിന്തകൾ ലക്ഷ്യമില്ലാതെ അയാളെ കൊളുത്തിവലിച്ചു. മനുഷ്യജന്മത്തിന്റെ വ്യർത്ഥതയിലൂടെ ഒരു ജീവിതം മുന്നോട്ട് നീങ്ങുന്നു. ഇരുട്ട് നിറഞ്ഞ വഴിയിലൂടെ ഉള്ള യാത്രപോലെയായിരുന്നു അത്. അനന്തകോടി ജീവജാലങ്ങളുള്ള ഈ ഭൂമിയിൽ അയാളെന്ന ജീവൻ ലക്ഷ്യമറ്റ് നീങ്ങുന്നു.

"രാജു...'' അബ്ബാസ് പറഞ്ഞു: "എന്താ നിങ്ങളുടെ പ്രശ്നം''...

രാജുവിന്റെ ചുണ്ടിലൊരു ചിരി വിരിഞ്ഞു. വളരെ ദയനീയമായിരുന്നു അത്. പിന്നെ മറ്റെങ്ങോ നോക്കി രാജു പറഞ്ഞു:

"ഒറ്റവാക്കിൽ പറഞ്ഞാൽ തീരുന്നതല്ല അത്. എന്റെ ജന്മം തന്നെയാണ് ഏറ്റവും വലിയ പ്രശ്നം''.

"നിങ്ങളെക്കുറിച്ച് എനിക്ക് കൂടുതലൊന്നും അറിഞ്ഞൂടാ...എങ്കിലും ചാക്കോച്ചൻ പറഞ്ഞ് ചിലതറിയാം. വിസക്ക് പലരുടേയും കയ്യിൽ നിന്ന് പണം വാങ്ങിയതും, പണം കൊണ്ട് ഏജന്റ് മുങ്ങിയതും. അന്നൊരു ദിവസം നിങ്ങളില്ലാത്തപ്പോൾ അവരിൽ ചിലർ മുറിയിൽ വന്ന് ബഹളമുണ്ടാക്കിയിരുന്നു. എത്രയും വേഗം പണം അവർക്ക് തിരിച്ചുകൊടുത്തില്ലെങ്കിൽ നിങ്ങളെ കൊല്ലും എന്ന് ഭീഷണിപ്പെടുത്തി അവരുടെ ഭാവം കണ്ടിട്ട് അതിനും മടിക്കാത്തവരാണെന്നാണ് തോന്നുന്നത്'' അബ്ബാസ് പറഞ്ഞു.

“കൊല്ലുന്നെങ്കിൽ കൊല്ലട്ടെ അല്ലാതെ എനിക്കെന്ത് ചെയ്യാൻ കഴിയും”

“ആ ഏജന്റിനെക്കുറിച്ച് പിന്നീടന്വേഷിച്ചോ”?

“അന്വേഷിച്ചു. പക്ഷേ, അവരുടെ വിലാസം തെറ്റായിരുന്നു. കേസ് കൊടുത്തു, അത് പ്രതീക്ഷിച്ച ഫലം ചെയ്തില്ല”.

“ഇനി എന്ത് ചെയ്യും”.

“അറിയില്ല” ദീർഘനിശ്വാസം വിട്ട് രാജു പറഞ്ഞു.

കുറേ സമയത്തേക്ക് ഇരുവരും ഒന്നും മിണ്ടിയില്ല. മൗനത്തിന്റെ നൂലിഴപൊട്ടാതെ നടത്തം തുടർന്നു. വഴിവക്കിൽ കൂടണയാൻ വെമ്പുന്ന ജനങ്ങൾ. അവർ ധൃതിയിൽ മുന്നോട്ട് നീങ്ങിക്കൊണ്ടിരുന്നു.

ബസ്റ്റോപ്പിലെത്തി അവർ ബസ്സിനായി കാത്തു നിന്നു. ബസ് സ്റ്റോപ്പിലും നല്ല തിരക്കുണ്ടായിരുന്നു. ഓടിക്കിതച്ചെത്തിയ ബസ്സിൽ കയറിപ്പറ്റാൻ കുറേ പാടുപെടേണ്ടി വന്നു. ബസ്സിൽ കയറി കമ്പിയിൽ തൂങ്ങി നിന്നു. കാൽ കുത്താൻ മാത്രം ഇടംകിട്ടി. ബസ്ചാർജ്ജ് കൊടുത്തതും അബ്ബാസ് തന്നെ ഇന്നത്തെ ദിവസം അവന്റെ കാരുണ്യത്തിലാണ്. ഈ സമയം കൊണ്ട് അബ്ബാസുമായി കൂടുതൽ അടുത്തു. തന്റെ നിസ്സഹായത അവൻ മനസ്സിലാക്കിയിരിക്കുന്നു. അതുകൊണ്ടാവാം അവൻ കണ്ടറിഞ്ഞ് പ്രവർത്തിക്കുന്നത്.

ബസ്സിനകത്ത് വിയർപ്പുനാറ്റം നിറഞ്ഞു. ഉഷ്ണവും വർദ്ധിപ്പിച്ചു. പരസ്പരം പതുങ്ങിയ സംസാരവും. കമ്പിയിൽ തൂങ്ങിക്കിടന്ന് കൈ കഴച്ചു. എങ്കിലും ക്ഷമയോടുകൂടി ആ നില്പ് തുടർന്നു. ബ്രേക്കിൽ കാലമരുമ്പോൾ ആടിയുലയും. വീണ്ടും യാത്ര തുടരുമ്പോൾ യഥാസ്ഥാനത്തേക്ക് വരും. അങ്ങനെ ആടിയും കുലുങ്ങിയും യാത്ര തുടർന്നു.

“ഇറങ്ങ്” അബ്ബാസ് പറഞ്ഞു.

അപ്പോഴാണ് പരിസരബോധം തെളിഞ്ഞത്. ചിലവില്ലാതെ ചെയ്യാൻ കഴിയുന്നത് ചിന്തയാണ്. അതു കൊണ്ട് ചിന്തിക്കുന്നു. എല്ലാം കെട്ട് പിണഞ്ഞവ. ഒന്നിൽ നിന്നും മറ്റൊന്നിലേക്ക് നീങ്ങുന്നവ അവ തന്നെ വേട്ടയാടുന്നു. പാവപ്പെട്ടവന്റെ പണം താൻമൂലം നഷ്ടം വന്നതിൽ മനസ്സാക്ഷി കുത്തുണ്ട്. അതിൽ ദേവിലാലിന്റെ കാര്യമാണ് ഏറ്റവും കഷ്ടം. രണ്ടു ദിവസം മുമ്പ് കണ്ടപ്പോൾ പൊട്ടിക്കരഞ്ഞു. അല്ലാതെ തന്നെ കുറ്റപ്പെടുത്തിയില്ല. പിന്നീടൊന്നും പറഞ്ഞതുമില്ല. താങ്ങാനാവാത്ത ദുഃഖത്തിൽ ഈ മഹാനഗരത്തിന്റെ ഗർത്തത്തിലെവിടെയോ മറഞ്ഞു.

“ഇവിടെക്കിടന്ന് കഷ്ടപ്പെടുന്നതിലും നല്ലത് നാട്ടിലേക്ക് പൊയ്ക്കൂടെ” മുറിയിലേക്ക് നടക്കുമ്പോൾ അബ്ബാസ് ചോദിച്ചു.

“സ്വന്തം മണ്ണ് അന്യാധീനമായിരിക്കുന്നു. ഇന്നെനിക്കൊന്നുമില്ല. ഞാൻ പോലും വിധിയുടെ കയ്യിലെ കളിപ്പാട്ടമാണ്”. രാജു പറഞ്ഞു: “നിൽക്ക്, ഞാനൊരുകെട്ട് ബീഡിവാങ്ങട്ടെ”.

“കാശുവേണോ ?” അബ്ബാസ് ചോദിച്ചു.

ഒരു നിമിഷം രാജുവിന്റെ കണ്ണുകൾ നിറഞ്ഞു. എന്ത് പറയണം എന്നറിയാതെ ഗദ്ഗദപ്പെട്ടു. മനുഷ്യത്വത്തിന്റെ ആർദ്രത രാജു അനുഭവിക്കുകയാണ്. അതിലൂടെ അബ്ബാസ് ഏതോ മഹത്വത്തിലേക്ക് ഉയരുന്നു.

“വേണ്ട...” രാജു പറഞ്ഞു.

അയാൾ പോയി ആദ്യം കണ്ട കടയിൽനിന്നും ബീഡി വാങ്ങിച്ചു. പോക്കറ്റിലെ അവസാന തുട്ടും തീരുന്നു. തനിക്ക് ജീവിക്കേണ്ടേ, ജീവിക്കാൻ പണം ആവശ്യമാണ്. ജീവിതത്തിന്റെ മുഖ്യ ഘടകം പണമാണ്. പണം ലഭിക്കാൻ ജോലി വേണം. എന്ത് ജോലി ?

രാജുവും അബ്ബാസും മുറിയിൽ ചെല്ലുമ്പോൾ ചാക്കോച്ചനും ഷാജിയും ഭക്ഷണം പാകം ചെയ്യാനുള്ള തയ്യാറെടുപ്പിലാണ്.

“എന്തുപറ്റി രാജു ഇന്ന് നേരത്തെയാണല്ലോ” ഷാജി ചോദിച്ചു.

“ഊം....” അതിന് രാജു വെറുതേ ഒന്നു മൂളി. കട്ടിലിലിരുന്ന് ഷൂ ഊരിവെച്ച് കിടന്ന് ക്ഷീണത്തോടെ കണ്ണടച്ചു. അബ്ബാസ് അലക്കാനുള്ള തുണികളുമായി പൈപ്പിൻ ചുവട്ടിലേക്ക് പോയി.

ഓർമ്മകളിൽ നിന്നും മോചനം നേടാൻ രാജു കണ്ണ് ഇറുക്കി അടച്ചു. ഒരു നിമിഷമെങ്കിലും ചിന്തകളിൽ നിന്ന് മോചനം നേടാൻ വൃഥാ ശ്രമിച്ചു. പക്ഷേ, ചിന്തകൾ അയാളെ വെറുതെ വിട്ടില്ല. അവ അയാളെ വേട്ടയാടി. വേട്ടയാടലിന്റെ തീഷ്ണതയിൽ അയാൾ സ്വയം എരിഞ്ഞു. ജീവനുള്ള ചിത പോലെ.

ക്രമേണ മഹാനഗരം ഇരുളിൽ മുങ്ങി. അബ്ബാസ് പൈപ്പിന്റെ ചുവട്ടിൽനിന്നും മടങ്ങി വന്നു. ഈ സമയം ചപ്പാത്തിയും കറിയും തയ്യാറാക്കി ഷാജി പുസ്തകം വായിച്ചാണ് ചിലവഴിക്കുന്നത്. ഇപ്പോൾ അവൻ വായിക്കുന്നത് ഫ്രീഡം അറ്റ് മിഡ് നൈറ്റ് എന്ന ചരിത്ര പ്രാധാന്യമുള്ള ഗ്രന്ഥമാണ്. ലാരികൊളിൻസും ഡൊമിനിക് ലാപ്യാറും ചേർന്ന് രചിച്ച ഇന്ത്യൻ ചരിത്രം.

രാജു ആ കിടപ്പിൽ തന്നെയാണ്.

“അബ്ബാസ് വാ ഭക്ഷണം കഴിക്കാം...” ചാക്കോച്ചൻ വിളിച്ചു.

അബ്ബാസ് അലക്കിയത് നിവർത്തിയിട്ട് പ്ലേറ്റുകൾ കഴുകി.

"രാജു..." ഷാജി പുസ്തകം മടക്കി വിളിച്ചു.

രാജു എഴുന്നേറ്റു.

"വാ ഭക്ഷണം കഴിക്കാം".

"വേണ്ട" രാജു പറഞ്ഞു.

"അതുകള, നിന്റെ പ്രശ്നങ്ങൾ തീരുന്നതുവരെ പട്ടിണി കിടന്നാൽ ചത്തു പോകും". ഷാജി പറഞ്ഞു.

"വാടക തരാതെ ഭക്ഷണത്തിനുപോലും വകയില്ലാത്ത ഞാൻ നിങ്ങൾക്കും ഭാരമാണല്ലേ" രാജു പറഞ്ഞു.

"ഏയ് എന്താ രാജു ഇത് പണിയും കൂലിയുമില്ലാത്ത കാലത്ത് നീയല്ലേ ഞങ്ങൾക്ക് അഭയം തന്നത്". ചാക്കോച്ചൻ പറഞ്ഞു. "എന്നിട്ടിപ്പോ നീ...വേണ്ട, ഒന്നും പറയണ്ട വന്ന് ഭക്ഷണം കഴിക്ക്".

നിറഞ്ഞ കണ്ണുകളോടെയാണ് രാജു ഭക്ഷണത്തിന് മുന്നിൽ ഇരുന്നത്. ഭക്ഷണശേഷം രാജു ഒരു ബീഡിക്ക് തീ കൊളുത്തി, കട്ടിലിൽ ചാരിയിരുന്നു. ഷാജി വീണ്ടും വായനയിലേക്ക് കടന്നിരിക്കുന്നു. അബ്ബാസും ചാക്കോച്ചനും കിടന്നു കഴിഞ്ഞിരിക്കുന്നു.

ക്രമേണ മഹാനഗരത്തിനോടൊപ്പം അവരും നിദ്രയിലമർന്നു.

രണ്ട്:

അബ്ബാസ് ഉണർന്നപ്പോൾ രാജുവിന്റെ കട്ടിൽ ഒഴിഞ്ഞുകിടക്കുന്നു. പതിവുപോലെ നേരത്തെ ഉണർന്ന് രാജു പോയിരിക്കുന്നു. അബ്ബാസ് കുറേനേരം കൂടി കിടന്നു. ശേഷം എഴുന്നേറ്റ് ബക്കറ്റുമായി ബാത്ത്റൂമിലേക്ക് നടന്നു. ബാത്ത് റൂമിന് മുന്നിൽ നീണ്ട വരിയായിരുന്നു. അബ്ബാസ് ബക്കറ്റുമായി മടങ്ങിപ്പോന്നു. കുറേനേരം കൂടി കിടന്നു. അപ്പോഴേക്കും ഷാജിയും ചാക്കോച്ചനും ഉണർന്നു. ഷാജി കാപ്പിയിട്ട് കുടിച്ചുകൊണ്ട് പത്രം വായന തുടങ്ങി.

"എന്തുണ്ടെടാ പത്രത്തിൽ വിശേഷം"...ചാക്കോച്ചൻ ചോദിച്ചു.

"പതിവുപോലെ, ഇലക്ഷൻ മുന്നിൽ കണ്ടുള്ള രാഷ്ട്രീയ പ്രവർത്തനം, തട്ടിപ്പ് വെട്ടിപ്പ്, ബലാൽസംഘം, അജ്ഞാത ജഡം, കത്തിക്കുത്ത് ഇങ്ങനെ നീളുന്നു". ഷാജി പറഞ്ഞു.

"നമ്മുടെ നാടിന്റെ ഒരു പോക്ക്..." ചാക്കോച്ചൻ ആരോടെന്നില്ലാതെ പറഞ്ഞു.

"നാട് അതിന്റെ വഴിക്കും നാം നമ്മുടെ വഴിക്കും നീങ്ങും. കൂടുതൽ ചിന്തിക്കാൻ നിൽക്കരുത്. തല പുകയും".

“നാട്ടിലേക്കെഴുതീട്ട് മാസം ഒന്ന് കഴിഞ്ഞു. അമ്മച്ചി വിഷമിച്ചിട്ടുണ്ടാവും”.

“ഈ കത്തെഴുത്ത് ഒരു വിഷമം പിടിച്ച പണിയാണ്. അതു കൊണ്ടാണ് ഞാൻ ആ പരിപാടിക്ക് നിൽക്കാത്തത്”.

അബ്ബാസ് എഴുന്നേറ്റ് വീണ്ടും ബക്കറ്റുമായി ബാത്ത്റൂമിലേക്ക് നടന്നു. അവിടെ ഇപ്പോൾ ആരുമുണ്ടായിരുന്നില്ല. അബ്ബാസ് വേഗം പ്രാഥമിക കൃത്യങ്ങൾ നിർവ്വഹിച്ച് പുറത്തുവന്നു. ഡ്രസ് ചെയ്ത് കാപ്പി നിന്നുകൊണ്ട് കുടിച്ച്, വേഗം പണിക്ക് നീങ്ങി.

അബ്ബാസ് ബസ് സ്റ്റോപ്പിലേക്ക് ഓടുകയായിരുന്നു. നിരത്ത് ഉണർന്നു കഴിഞ്ഞിരുന്നു. ബസ് സ്റ്റോപ്പിൽ കുറച്ചു സമയം കാത്തു നിൽക്കേണ്ടിവന്നു. ബസ്സിലെ തിരക്കിലേക്ക് അബ്ബാസും കുത്തിക്കയറി. ഒച്ച് ഇഴയുന്ന വേഗതയിലാണ് ബസ് സഞ്ചരിച്ചത്. പലപ്പോഴും ക്ഷമകെട്ടു. ജൂഫവിലെത്തുമ്പോൾ ഒമ്പത് മണി. വേഗം പണി സ്ഥലത്തേക്ക് നടന്നു. അബ്ബാസിനെ ഫോർമാൻ വിളിച്ചു.

“ഇപ്പോൾ സമയം...?”

“ഒമ്പത്”

“എത്ര മണിക്കാ ജോലിക്ക് നിൽക്കേണ്ടത് ?”

“എട്ടേമുപ്പത്”

“മേലിൽ ഇതാവർത്തിക്കരുത്”.

ഒന്നും പറയാൻ ഇടം നൽകാതെയാണ് ഫോർമാൻ സംസാരിക്കുക. പകുതിയും കഷണ്ടി കയറി, ഗൗരവം നിറഞ്ഞ മുഖം. ക്ലീൻഷേവ്. ഒരിക്കൽപോലും അയാൾ ചിരിച്ച് കണ്ടിട്ടില്ല. അബ്ബാസിന് മടുപ്പ് തോന്നി. അവന്റെ ഒരാജ്ഞ, എല്ലാം വലിച്ചെറിഞ്ഞ് പോവാൻ തോന്നും ചിലപ്പോൾ. ഒരുപാട് കഷ്ടപ്പെട്ടാണ് ഈ ജോലി കിട്ടിയത്. ഇന്ന് ഒരു ജോലി കിട്ടാൻ വളരെ പ്രയാസമാണ്. അപ്പോൾ ഉള്ള ജോലി പോയാൽ എന്ത് ചെയ്യും ? അതു കൊണ്ട് ക്ഷമിക്കുന്നു. അല്ലെങ്കിലും തന്നെകൊണ്ട് ക്ഷമിക്കാനല്ലേ പറ്റൂ. നാട്ടിലുള്ള ഉപ്പയേയും ഉമ്മയേയും ഓർത്താൽ ഇതല്ല ഇതിലും വലുത് ക്ഷമിക്കും.

“എന്താ അബ്ബാസെ ഫോർമാനൊരു ചൂട്, അച്യുതൻകുട്ടി ചോദിച്ചു.

“സമയം വൈകി അതാണ്”.

“നിനക്കറിഞ്ഞൂടെ അയാളുടെ ചൂട്” പിന്നെന്തിനാ വൈകി വരുന്നത്?

“ഞാൻ മനഃപൂർവ്വം വൈകി വരുന്നതല്ലല്ലോ”?

“അത് അയാളോട് പറഞ്ഞിട്ട് കാര്യമില്ല. നേരത്തെ വരണെന്ന് പറഞ്ഞാ വരണം അത്രതന്നെ. മറ്റൊന്നും അയാൾക്ക് അറിയേണ്ട.”

“ഊം...”

അബ്ബാസ് സെക്ഷനിലേക്ക് നീങ്ങി. അവിടെ ഒരു ആർച്ച് ഫിറ്റിങ്ങ് നടക്കുകയാണ്. അബ്ബാസിനെക്കണ്ട എഞ്ചിനിയർ ടൂൾസെടുത്ത് ആർച്ചിന് മുകളിൽ കയറാൻ പറഞ്ഞു. ജീവൻ മരണപോരാട്ടമാണത്. നാലാം നിലയുടെ മുകളിൽ നിന്ന് വേണം ആർച്ചിന്റെ ഞെട്ടുമുറുക്കാൻ. അബ്ബാസ് കയറി. കയറുമ്പോൾ പേരറിയാവുന്ന മുഴുവൻ ദൈവങ്ങളേയും വിളിച്ച് പ്രാർത്ഥിച്ചു.

ലക്ഷ്യമില്ലാതെ രാജ്ജു പിന്നെയും നീങ്ങി. എങ്ങോട്ടാണ് പോവേണ്ട തെന്നറിയാതെ, ഗലികളിൽ നിന്നും ഗലികളിലേക്ക്...

ഒടുവിൽ ചെന്നെത്തിയത് ബഹദൂർഷായുടെ ഇരുണ്ട മാളത്തിൽ. ചുമരിലെ ഷെൽഫിൽ അനേകം പുസ്തകങ്ങൾ, വിശ്വസാഹിത്യത്തിലെ കൊടുമുടികളായ ടോൾസ്റ്റോയി, ഹ്യൂഗോ, ഹെമിംഗ് വേ, കാഫ്ക്ക, ഹെർമൻ ഹെസ്സെ, കാമു, തോമസ്മൻ, പാസ്റ്റർനാക്ക്, കവാബത്ത, കസൻദ് സാക്കീസ് തുടങ്ങിയവരുടെ മഹത്തായ സൃഷ്ടികൾ. താഴെ തറയിൽ വിരിച്ച പഴകിയ മെത്തയിൽ ബഹദൂർ ഷാ ഇരുന്നെഴുതുന്നു. ചുണ്ടിൽ എരിയുന്ന ചുരുട്ട്.

കാൽ പെരുമാറ്റം കേട്ട് ബഹദൂർഷാ തല ഉയർത്തി നോക്കി.

“വരണം, വരണം റാജ്ജു” ബഹദൂർഷ പറഞ്ഞു.

“നമസ്ക്കാരം ഉസ്താദ്”

“നമസ്കാറം...” ബഹദൂർഷാ പറഞ്ഞു. “എവിടെ നിന്നെ ഈയിടെ കാണുന്നില്ലല്ലോ”

“നിരവധി പ്രശ്നങ്ങളാണ് ഉസ്താദ്”

രചനയുടെ വ്യഥകളുറങ്ങുന്ന മുഖം ഗൗരവമായി.

“പ്രശ്നങ്ങളില്ലാത്ത മനുഷ്യരാരുണ്ട്” ബഹദൂർഷാ പറഞ്ഞു: “ഒരു തരത്തിലല്ലെങ്കിൽ മറ്റൊരു തരത്തിൽ പ്രശ്നങ്ങളിലൂടെയാണ് ഓരോ മനുഷ്യന്റെയും സഞ്ചാരം”.

“പക്ഷേ ഉസ്താദ്...”

അത് പൂർത്തിയാക്കാൻ സമ്മതിക്കാതെ ബഹദൂർഷാ പറഞ്ഞു.

“ഓരോർത്തർക്കും തോന്നുന്നത് അവരവരുടെ പ്രശ്നങ്ങളാണ് ഏറ്റവും വലുത് എന്ന്. എന്നാൽ അത് ശരിയല്ല. നമ്മേക്കാൾ വലിയ

പ്രശ്നങ്ങളും ദുരിതങ്ങളും ഉള്ളവർ ഈ ഭൂമുഖത്തുണ്ട്. അവരിലേക്ക് തിരിഞ്ഞു നോക്കുക. അപ്പോൾ കാണാൻ കഴിയും, നമ്മുടേതൊന്നും അത്രവലിയ പ്രശ്നങ്ങളല്ലെന്ന്''.

ഒരു വിശദീകരണമെന്നോണം രാജ്യ കാര്യങ്ങളെല്ലാം ചുരുക്കി പറഞ്ഞു. ബഹദൂർഷാ ചിന്താധീനനായി.

"നിനക്കൊരു പണിവേണം അല്ലേ'' ?

"അതെ...''

"ഊം വഴിയുണ്ടാക്കാം'' ബഹദൂർഷാ പറഞ്ഞു. "ലാൽ സ്ട്രീറ്റിൽ ചാറ്റർ ജിയുടെ ഒരു പത്രമുണ്ട് മുംബൈ ഗൈഡ്. ഒരിക്കൽ താൻ എന്റെകൂടെ അവിടെ വന്നിട്ടുണ്ട്. ഓർക്കുന്നോ''

"ഉവ്വ്''

"അതിൽ ഒരു പ്രൂഫ് റീഡറുടെ ഒഴിവുണ്ട്. അത് നോക്കുകയല്ലേ''

"എന്തായാലും കുഴപ്പമില്ല''.

"എന്നാൽ ഞാനൊരു എഴുത്ത് തരാം നീ അതും കൊണ്ട് അവിടെ പോയാൽ മതി''.

ബഹദൂർഷാ കെട്ട ചുരുട്ട് വീണ്ടും കത്തിച്ചു. ഒരു കവിൾ പുകയെടുത്ത് രാജുവിനെ നോക്കി. ബഹദൂർഷായുടെ കണ്ണുകളിൽ ചുരുട്ടിന്റെ ലഹരി.

"രാജു എന്ത് പറയുന്നു''

"ശരി ഉസ്താദ്, എഴുത്ത് തരൂ...''

"തരാം അതിനുമുമ്പ് എന്റെ ഒരു കപ്പ് കാപ്പിയാകാം''

ബഹദൂർഷാ എഴുന്നേറ്റ് കാപ്പികൂട്ടാൻ തുടങ്ങി. അത് നോക്കി രാജു മെത്തയിൽ ഇരുന്നു.

ബഹദൂർഷാ വളരെ ശ്രദ്ധയോടെ കാപ്പി കൂട്ടി, കപ്പിൽ പകർന്ന് രാജുവിന് നൽകി. രാജു കാപ്പി കുടിക്കുമ്പോൾ ബഹദൂർഷാ ചാറ്റർജി യ്ക്കുള്ള കത്തെഴുതി. അത് രാജുവിനെ ഏല്പിച്ചു.

"വൈകിക്കേണ്ട പറ്റുമെങ്കിൽ ഇന്നു തന്നെ പൊയ്ക്കോളൂ'' ബഹദൂർഷാ പറഞ്ഞു.

"ശരി'' രാജു പറഞ്ഞു.

ബഹദൂർഷായോട് യാത്ര പറഞ്ഞ് രാജു പുറത്തിറങ്ങി. തെരുവിലൂടെ നടക്കേ ഏതോ തീക്ഷണ വികാരത്താൽ രാജു വിയർത്തു. ശരീരത്തി ലേതോ പരിണാമം നടക്കുന്നപോലെ.

"മോനേ...'' അച്ഛൻ വിളിച്ചു.

ഓർമ്മയുടെ മഹോന്നതിയിൽ അച്ഛന് വേദനകൊണ്ട് ഞരങ്ങി.

"അച്ഛാ...."

"ഊം...."

"വേദനിക്കുന്നോ ?"

"ഉവ്വ്, തലയിലൊരു പെരുപ്പ് "

ആശുപത്രിയിലെ കട്ടിലിൽ കിടന്ന് അച്ഛൻ ഞെരിപിരികൊണ്ടു. പൂർവ്വ ജന്മങ്ങളുടെ പാപങ്ങൾ അഗ്നിയാകുന്നു. അത് സ്വയം ചിതയാകുന്നു.

രാത്രിയുടെ ഏതോ യാമത്തിൽ അച്ഛൻ ഉറങ്ങി. അച്ഛന്റെ ശ്വാസോച്ഛ്വാസം താളം തെറ്റുന്നു.

ആശുപത്രിയുടെ ഇടനാഴിയുടെ അങ്ങേ അറ്റത്ത് നിന്ന് ഒരു സ്ട്രെക്ചറിന്റെ ശബ്ദം മാത്രം, മറ്റേതോ കാലത്തിൽ നിന്നെന്നവണ്ണം കേട്ടു. ദൂരെ നിന്നും കേട്ട ആ ശബ്ദം അടുത്തെത്തുകയാണ്. പൊടുന്നനെ അത് നിശ്ചലമായി. പിന്നെ നിശ്ശബ്ദത. അതിനെ കീറിമുറിച്ച് ഒരു കുഞ്ഞ് കരഞ്ഞു. രാജു ഞെട്ടി.

"വെള്ളം..."

അച്ഛൻ ഉണർന്നിരിക്കുന്നു. രാജു വെള്ളമെടുത്ത് വായിൽ ഒഴിച്ചു കൊടുത്തു.

"മോനേ...അച്ഛന് ശ്വാസം മുട്ടുന്നു. അച്ഛൻ..."

അച്ഛൻ കിതച്ചു. കണ്ണുകൾ ദ്രുതഗതിയിൽ ചലിച്ചു. രാജു അച്ഛന്റെ നെഞ്ച് തടവി. പക്ഷേ അച്ഛന് ശ്വാസം തടസ്സം വർദ്ധിച്ചതല്ലാതെ കുറഞ്ഞില്ല. രാജു വാതിൽ തുറന്ന് ഡ്യൂട്ടി ഡോക്ടറുടെ മുറിയിലേക്ക് ഓടി.

"എന്താ...?" ഡോക്ടർ ഉറക്കച്ചടവോടെ ചോദിച്ചു.

"അച്ഛൻ, അച്ഛന്..." രാജു കിതച്ചു.

ഡോക്ടർ മുറിയിൽ വന്നു. അച്ഛൻ ശ്വാസം കിട്ടാതെ പിടയുകയാണ്. അച്ഛനെ ഉടൻ ഐ.സി.യുവിലേക്ക് മാറ്റി. രാജു പുറത്ത് കാത്തു നിന്നു. കുറേ നേരത്തിനുശേഷം ഡോക്ടർ പുറത്തുവന്നു.

"ആർക്കെങ്കിലും അറിയിക്കാനുണ്ടെങ്കിൽ അറിയിച്ചോളൂ". ഡോക്ടർ പറഞ്ഞു.

രാജുവിന് താൻ തളരുന്നതുപോലെ തോന്നി. അയാൾ ചുമരിൽ ചാരി നിന്നു. താഴെ വീണുപോകുമെന്ന് തോന്നി.

കിതച്ചുകൊണ്ട് രാജു ഒരിടത്തു നിന്നു. എന്താണിത്. അച്ഛനെക്കുറിച്ച് ഓർക്കാൻ കാരണമെന്ത്. ആ ഓർമ്മ രാജുവിന്റെ ഹൃദയത്തിൽ വേദന നിറച്ചു.

തെരുവിൽ ആളുകൾ തലങ്ങും വിലങ്ങും നീങ്ങി. അവർക്കിടയിൽ രാജു നിശ്ചലനായി നിന്നു. ചിന്തകൾ പാടെ ഉപേക്ഷിച്ച് ലാൽ സ്ട്രീറ്റിലേക്ക് നടന്നു.

മുംബൈ ഗൈഡിന്റെ ഓഫീസിൽ കയറിച്ചെല്ലുമ്പോൾ അവിടെ ഒരു പെൺകുട്ടി മാത്രമേ ഉണ്ടായിരുന്നുള്ളൂ. രാജു മുഖവുര കൂടാതെ ചോദിച്ചു. "ചാറ്റർജി സാർ..."

"അദ്ദേഹം പുറത്ത് പോയിരിക്കയാണ്. ഉടൻ വരും. ഇരിക്കൂ..."

രാജു കസേരയിലിരുന്നു. പഴയതെങ്കിലും വൃത്തിയുള്ള ഓഫീസ്. അയാളുടെ കണ്ണുകൾ ഓഫീസിന്റെ ഭാഗങ്ങളിൽ ചലിച്ചു.

"സാറിന്റെ പേര്?" ആ പെൺകുട്ടി ചോദിച്ചു.

"രാജു..."

അവൾ മനോഹരമായി ചിരിച്ചു.

അല്പം കഴിഞ്ഞപ്പോൾ ചാറ്റർജി കയറിവന്നു. നിറം മങ്ങിയ വേഷം, ചുണ്ടിലെരിയുന്ന സിഗരറ്റ്, ചത്ത മീനിന്റെ കണ്ണുകളെ ഓർമ്മിപ്പിക്കുന്ന കണ്ണുകൾ. രാജുവിനെ ഒന്നു നോക്കി അയാൾ അകത്തേക്ക് കയറിപ്പോയി. കുറച്ചു കഴിഞ്ഞപ്പോൾ ഉച്ചത്തിൽ വിളിച്ചു.

"അനിത..."

അനിത അകത്തേക്ക് പോയി. അല്പം കഴിഞ്ഞ് മടങ്ങി വന്നു.

"സാറിനെ വിളിക്കുന്നു".

രാജു അകത്തേക്ക് നടന്നു. ചാറ്റർജി കസേരയിൽ ചാരി ഇരിക്കുകയായിരുന്നു.

"ഇരിക്കൂ..." ചാറ്റർജി പറഞ്ഞു.

രാജു കസേരയിൽ ഇരുന്നു. കൈയിലുള്ള എഴുത്ത് ചാറ്റർജിക്ക് നൽകി. ചാറ്റർജി എഴുത്ത് നിവർത്തി വായിച്ചു. കുറച്ചു സമയം ഒന്നും പറഞ്ഞില്ല.

"എന്നു മുതൽ ജോലിയിൽ പ്രവേശിക്കുന്നു". ചാറ്റർജി ചോദിച്ചു.

"നാളെ"

"എങ്കിൽ അങ്ങനെയാവട്ടെ"

രാജുവിനത് വിശ്വസിക്കാനായില്ല. ഇത്ര വേഗത്തിൽ ഒരു ജോലിയോ. അയാൾ മനസ്സുകൊണ്ട് ബഹദൂർഷായ്ക്ക് നന്ദി പറഞ്ഞു. പുറത്തിറങ്ങി അയാൾ അനിതയോട് യാത്ര പറഞ്ഞ് നടന്നു. സന്തോഷത്തോടെ ബീഡി കത്തിച്ച് പുകവിട്ട് രാജു മുന്നോട്ട് നീങ്ങി.

മൂന്ന്

ജൂഹുവിലെ സായാഹ്നം പതിവിലും മനോഹരമായിരുന്നു. ഞായറാഴ്ച ആയതുകൊണ്ട് തിരക്കുമുണ്ടായിരുന്നു.

ആൾക്കൂട്ടത്തിൽ നിന്നും മാറി രാജുവും അനിതയും ഇരുന്നു. ആകാശച്ചെരുവ് ചുവന്ന് തുടുത്തിരുന്നു. വിഷാദമുറ്റിയ മുഖവുമായി രാജു ആകാശച്ചെരുവിലേക്ക് നോക്കിയിരുന്നു.

"എന്താ രാജു ഇങ്ങനെ" അനിത ചോദിച്ചു.

എങ്ങിനെ. അയാൾ മറു ചോദ്യം ചോദിക്കയാണ് ചെയ്തത്.

അല്പ സമയം അനിത ഒന്നും പറഞ്ഞില്ല. രാജു ഒരു ബീഡി കത്തിച്ചു. കടൽക്കാറ്റിൽ ബീഡിപ്പുക നിമിഷം കൊണ്ട് അപ്രത്യക്ഷമായിക്കൊണ്ടിരുന്നു.

"രാജുവിനെന്താ ഒരു വിഷാദം?"

"എന്നെക്കുറിച്ച് അനിതയ്ക്ക് എന്തറിയാം, എന്നുമറിയില്ല. അറിയുമായിരുന്നെങ്കിൽ..."

രാജു അത് പൂർത്തിയാക്കിയില്ല. പൂർത്തിയാക്കാൻ കഴിയാതെ അയാൾ ഗദ്ഗദപ്പെട്ടു. ഓർമ്മയുടെ അനന്തതയിൽ നാടെന്ന വികാരം നിറഞ്ഞു. ഓർക്കാൻ അനവധി നല്ല മുഹൂർത്തങ്ങളൊന്നും ഇല്ലെങ്കിലും അച്ഛൻ ഒരോർമ്മയാണ്. ഒരിക്കലും മരിക്കാത്ത ഓർമ്മ കരയിൽ വീണ മീൻ പിടയ്ക്കും പോലെയാണ്. അച്ഛൻ പിടച്ചത്. ആദ്യമായി വിധി തന്നെ വേട്ടയാടിയത് അവിടെയാണ്. പിന്നീടങ്ങോട്ട് വിധിയുടെ ക്രൂരവിനോദമായിരുന്നു. ഓരോ പടവിൽനിന്നും താൻ വീണുകൊണ്ടിരുന്നു. ഒടുവിൽ അവസാന വീഴ്ച വീണിരിക്കുന്നു. എട്ട് ലക്ഷം, കരകാണാ കടൽപോലെ. എട്ട് ലക്ഷത്തിനകത്ത് ചുറ്റുകയാണ്, ആരുടെയൊക്കെയോ കാരുണ്യം കൊണ്ട് ജീവിച്ചു പോകുന്നു. ഇങ്ങനെ എന്തിന് ജീവിക്കണം? പല പ്രാവശ്യം ചിന്തിച്ചതാണ് എന്നിട്ടും...!

"പറയൂ രാജു പറയൂ. എനിക്ക് കേൾക്കണം രാജുവിന്റെ കഥ". അനിത പറഞ്ഞു.

ബീഡിയിൽ നിന്നും ഒരു കവിൾ പുക കൂടെയെടുത്ത് അത് കളഞ്ഞു. ബീഡി പുക നീട്ടി ഊതി രാജു അനിതയെ നോക്കി. അവളുടെ മുഖത്ത് വികാരം എന്തെന്ന് രാജു തിരിച്ചറിഞ്ഞു.

“നിനക്കെന്റെ കഥ അറിയണം അല്ലേ”. രാജു ചോദിച്ചു.

“ഊം...” അനിത മൂളി.

“നിന്റെ അച്ഛൻ ജീവിച്ചിരിപ്പുണ്ടോ ?”

അനിത ഒന്നും മനസ്സിലാവാതെ രാജുവിനെ നോക്കി.

“ഉണ്ട്”.

“നിന്റെ അച്ഛനെ നിനക്കിഷ്ടമാണോ ?”

“അല്ല. അച്ഛൻ മറ്റൊരു സ്ത്രീയുടെ കൂടെ പോയി. അതിനുശേഷമാണ് ഞാനും അമ്മയും അമ്മാവന്റെ കൂടെ ഇങ്ങോട്ട് വന്നത്”.

“എങ്കിൽ എന്റെ അച്ഛനെ എനിക്ക് വല്യ ഇഷ്ടമായിരുന്നു. അച്ഛന് ഞാനും എനിക്ക് അച്ഛനും മാത്രമേ ഉണ്ടായിരുന്നുള്ളൂ. മറ്റ് ബന്ധങ്ങളുടെ ബന്ധനങ്ങളൊന്നും ഞങ്ങൾക്കുണ്ടായിരുന്നില്ല. ഒരു സാധാരണ കൃഷിക്കാരനായിരുന്നു എന്റെ അച്ഛൻ. ഞാനന്ന് ഡിഗ്രിയെടുത്ത് പിന്നെന്ത് ചെയ്യണമെന്ന് അറിയാതെ നടക്കുകയായിരുന്നു. വായനയായിരുന്നു അന്നത്തെ പ്രധാന നേരമ്പോക്ക്. ഞങ്ങളുടെ ഗ്രാമീണ വായനശാലയിലെ മിക്ക പുസ്തകങ്ങളും ഞാൻ വായിച്ച തീർത്തു അങ്ങനെയിരിക്കെ...”

“മോനേ...” അച്ഛൻ വിളിച്ചു.

“അച്ഛാ...”

“അച്ഛന് വയ്യ മോനേ”

അതൊരു ഞെട്ടലായിരുന്നു. ഇത്രയും പരീക്ഷണനായി അച്ഛനെ മുമ്പൊരിക്കലും കണ്ടിട്ടില്ല.

ഏതോ മഹാവ്യാധിയിൽ അച്ഛൻ ക്ഷീണിച്ചു.

“നമുക്ക് ആശുപത്രിയിൽ പോകാം”. രാജു പറഞ്ഞു.

പിന്നീട് ആശുപത്രിയിലേക്കുള്ള യാത്രകൾ, ചെക്കപ്പുകൾ. അച്ഛൻ അടിക്കടി ക്ഷീണിച്ചു. അച്ഛന്റെ ചികിത്സക്കായി സർവ്വവും വിറ്റു. പക്ഷേ അച്ഛനെ രക്ഷപ്പെടുത്താനായില്ല. അച്ഛൻ മരിച്ചു. ഈ ലോകത്തിൽ പൊടുന്നനെ ഞാൻ ഒറ്റപ്പെട്ടു. അന്ന് തിരിച്ച യാത്രയാണിത്. മുംബൈയിലെത്തി പല ജോലിയും ചെയ്തു. ഒടുവിൽ ഒരു ട്രാവൽ ഏജൻസി തുടങ്ങി. അതിൽ എട്ടു ലക്ഷം രൂപയുടെ കടം വന്നു. അതാണ് ഇപ്പോൾ എന്നെ വേട്ടയാടുന്നത്.

അനിത അയാളെത്തന്നെ നോക്കിയിരിക്കുകയാണ്.

“എന്നോട് ക്ഷമിക്കണം. വേദനിക്കുന്ന ആ കാലം ഓർമ്മിപ്പിച്ചതിന്” അനിത പറഞ്ഞു.

“സാരല്ല്യ, ഇപ്പോൾ ഒന്നിലും വേദനയില്ല” ഒരു തരം മരവിപ്പാണ്.

“എനിക്ക് രാജുവിനെ ഇഷ്ടമാണ്”

“വേണ്ട, വേണ്ട കുട്ടീ... ഞാനൊരു മുങ്ങിക്കൊണ്ടിരിക്കുന്ന കപ്പലാണ്. നീയുംകൂടി അതിൽ...വേണ്ട. എന്റെ ഭാവി എന്താണെന്ന് പറയാൻ കഴിയില്ല. ഒരു കൊടുങ്കാറ്റിലൂടെയാണെന്റെ യാത്ര. എപ്പോൾ വേണമെങ്കിലും തകരാം”.

“എന്തും സഹിക്കാൻ ഞാൻ തയ്യാറാണ് “.

“ഞാൻ പറഞ്ഞല്ലോ. ഇപ്പോൾ ഇങ്ങനെ പലതും പറയും. ജീവിതത്തിന്റെ പരുക്കൻ യാഥാർത്ഥ്യം മനസ്സിലാകുമ്പോൾ കുറ്റബോധം തോന്നും”.

“എന്നോട് ഇഷ്ടമില്ലായിരിക്കും”.

“ഒരിക്കലും അല്ല, നിന്നെ ഒത്തിരിയൊത്തിരി ഇഷ്ടമാണ്. നിന്നോടുള്ള ഇഷ്ടക്കൂടുതൽകൊണ്ടാണ്”.

കടപ്പുറത്ത് ഇരുട്ട് നിറയാൻ തുടങ്ങി. ശോകമാർന്ന സായാഹ്നം ഭീകരമായ രാത്രിക്ക് വഴിമാറുന്നു. മാറ്റങ്ങളുടെ മഹാ പ്രക്രിയ.

“വരൂ...നമുക്ക് പോകാം”. രാജു പറഞ്ഞു.

അവർ എഴുന്നേറ്റ് പതുക്കെ നടക്കാൻ തുടങ്ങി.

നാല്:

ഉണർവ്വിന്റെ ആലസ്യത്തിൽ രാജു കണ്ണടച്ചു കിടന്നു. കടക്കാർ പറഞ്ഞ അവധിയായിരിക്കുന്നു. എന്ത് ചെയ്യും ? ചിന്തിക്കും തോറും ഭ്രാന്ത് കയറുന്നു.

പുറത്തു നിന്നും കയറിവന്ന അബ്ബാസ് രാജുവിനെ വിളിച്ചു. “രാജു...”

“ഊം...” രാജു മൂളി.

“എന്താ ഇന്ന് ഓഫീസിൽ പോണില്ലേ?”

“പോണം”.

രാജു പതുക്കെ എഴുന്നേറ്റിരുന്നു.

“എന്തുപറ്റി ഒരുഷാറില്ലല്ലോ”

“ഇനിയെന്തു പറ്റാൻ. അവർക്ക് പണം കൊടുക്കേണ്ട ദിവസമായി”.

അബ്ബാസ് ഒന്നും പറഞ്ഞില്ല. രാജു എഴുന്നേറ്റ് ബ്രഷും പേസ്റ്റും എടുത്ത് പല്ലുതേക്കാൻ തുടങ്ങി. അപ്പോഴും ചിന്തകൾ അയാളെ വിട്ടകന്നില്ല.

ദിനചര്യകൾക്കുശേഷം രാജു ഓഫീസിലേക്ക് യാത്ര തിരിച്ചു.

ഓഫീസിലെത്തിയപ്പോൾ അനിതയെ കണ്ടില്ല. ഉച്ചയ്ക്ക് ശേഷം ലീവെടുത്ത് രാജു അനിതയുടെ വീട്ടിലേക്ക് പുറപ്പെട്ടു. വഴിയെക്കുറിച്ച് ഒരിക്കൽ അവൾ പറഞ്ഞിരുന്നു. അതുപ്രകാരം രാജു പോയി. പല പ്രാവശ്യം ശ്രമിച്ചിട്ടും വീട് കണ്ടെത്താനായില്ല. രാജു തിരിച്ച് നടക്കാൻ തുടങ്ങുമ്പോൾ പൊടുന്നനെ ഒരു വിളി.

"രാജു..."

രാജു തിരിഞ്ഞുനോക്കി. അത് അനിതയായിരുന്നു. അയാൾ അത്ഭുതത്തോടെ അനിതയെ നോക്കി.

"ഏയ് എന്താ ഇങ്ങനെ നോക്കുന്നത് ?"

"ഒന്നുല്ല".

"എന്താ ഇവിടെ, ഓഫീസിൽ പോയില്ലേ?"

"ഞാൻ അനിതയെ കാണാൻ വന്നതാണ്, ഓഫീസിൽ നിന്ന് ഉച്ചയ്ക്ക് ശേഷം ലീവെടുത്തു." രാജു പറഞ്ഞു: "എന്താ ഇന്ന് അനിത ഓഫീസിൽ വരാതിരുന്നത് ?"

"ഇന്ന് അമ്മാവന്റെ മകളുടെ ബർത്ത്ഡേ ആയിരുന്നു".

അനിത രാജുവിനെ സൂക്ഷിച്ചുനോക്കി. അയാളുടെ മുഖത്ത് ശോകം അവൾ തിരിച്ചറിഞ്ഞു.

"വരൂ...നമുക്ക് വീട്ടിൽ പോകാം". അവൾ പറഞ്ഞു.

"വേണ്ട"

"നിന്നെ കാണാതെ വന്നപ്പോൾ വെറുതെ വന്നതാ" അയാൾ പറഞ്ഞു: "ഞാൻ പോട്ടെ".

"ഏതായാലും എന്നെ തിരക്കി വന്നതല്ലേ വീട്ടിലൊന്ന് കയറിയിട്ട് പോകാം".

"വേണ്ട. പിന്നെ...?" അയാൾ അർദ്ധോക്തിയിൽ നിർത്തി.

"പിന്നെ, പറയൂ....."

"ഏയ് ഒന്നുല്ല്യ".

പിന്നീടൊന്നും പറയാൻ നിൽക്കാതെ അയാൾ നടന്നു. ദൂരെ അയാൾ മറയുന്നതുവരെ അവൾ നോക്കി നിന്നു. പറയാൻ കഴിയാത്ത ഒരിഷ്ടം അവളുടെ ഹൃദയത്തിൽ നിറഞ്ഞു. എന്തുകൊണ്ടോ അവളുടെ കണ്ണുകളിൽ കണ്ണുനീർ ഉരുണ്ടു കൂടി, പതുക്കെ തിരിഞ്ഞു നടക്കുമ്പോൾ അവൾ കണ്ണുകൾ അമർത്തിത്തുടച്ചു.

ലക്ഷ്യമില്ലാത്ത അലച്ചിലായിരുന്നു രാജുവിന്റേത്. എങ്ങോട്ടെന്ന ബോധമില്ലാതെ യാഥാർത്ഥ്യത്തിനുമപ്പുറത്തെ ഏതോ തലങ്ങളിലൂടെ. എന്തു ചെയ്യണം. എന്തു പ്രവർത്തിക്കണം എന്നറിയാതെ രാജു നടന്നു. പ്രാചീനമായ ഏതോ ഒരു വ്യഥ അവനെ വേട്ടയാടി.

ഞങ്ങൾക്ക് പണം കിട്ടണം.

കടക്കാർ ആക്രോശിക്കുന്നു.

അതിന് നടുവിൽ രാജു അബോധാവസ്ഥയിലെന്നോണം എന്തൊക്കെയോ പുലമ്പി....

ദിവസങ്ങളായി രാജു ഓഫീസിൽ വന്നിട്ട്. ചാറ്റർജി താമസ സ്ഥലത്ത് അന്വേഷിച്ചു ചെന്നു. അവരും രാജുവിനെക്കുറിച്ച് ഒന്നും അറിയാതെ നിൽക്കുകയായിരുന്നു. അറിയാവുന്നിടങ്ങളിൽ ഷാജിയും അബ്ബാസും കൂടെ അന്വേഷിച്ചു. പക്ഷെ നിരാശയായിരുന്നു ഫലം.

രാജു ഒരു സമസ്യയായി പരിണമിച്ചു. കുറച്ചു ദിവസം കൂടി എല്ലാവരും രാജുവിനെ അന്വേഷിച്ചു. ജീവിതത്തിന്റെ തിരക്കിൽ രാജു മറഞ്ഞു. പക്ഷേ അനിത മാത്രം ഓർത്തു. ജുഹുവിലെ ആ സായാഹ്നം.

തീവണ്ടിയുടെ സഞ്ചാര പഥങ്ങൾ

ശബ്ദത്തിനിടയിലെ താളവും താളത്തിനിടയിലെ ശബ്ദവും മിശ്രിതമാക്കിയ തീവണ്ടിയുടെ ഘടനാപരമായ ചലനം ആസ്വാദ്യകരമൊന്നും ആയിരുന്നില്ല. പക്ഷെ, അപ്പോൾ അത് അനിവാര്യത ആയിരുന്നു. മറ്റ് മാർഗങ്ങളൊന്നും ഇല്ലാത്ത അനിവാര്യത!

മഡ്ഗോവയിൽ നിന്നും കേവലം രണ്ട് ബോഗികൾ മാത്രമുള്ള ആ തീവണ്ടിയിലെ ഏകാന്തമായ ഒരു ബോഗിയിൽ കയറി ശൂന്യമായ പൊടിപുരണ്ട ഇരിപ്പിടത്തിലേക്ക് അയാൾ അയാളെ ആനയിക്കുമ്പോൾ പൊന്നാനിയുടെ പൗരാണിക തെരുവിനെക്കുറിച്ച് ഓർക്കുകയായിരുന്നു.

ഇനിയും വികാസം പ്രാപിക്കാത്ത റോഡും ഇരുവശത്തും നിരപ്പലകയോട്ടു കൂടിയ പീടികകളും അടക്കയും കയറും വലയും കുട്ടയും അറിയുന്നതും അറിയാത്തതുമായ മറ്റു നിരവധി വസ്തുക്കളും ആ പീടികകളിൽ കാണാം. അതിനപ്പുറം മൗനത്തുൽ ഇസ്ലാം സഭയും വീണ്ടും മുന്നോട്ട് നീങ്ങുമ്പോൾ പൗരാണിക വാസ്തുശില്പത്തിന്റെ പ്രൗഡിയിൽ കോടതിയും കാണാം.

നിലയ്ക്കാത്ത യാത്രയുടെ വിരക്തിയിൽ അയാൾ ഏകാന്തമായ ബോഗിയിൽ ഒരു സഹയാത്രികനെ കാത്തിരുന്നു. അത് സംഭവിച്ചില്ല. സംഭവിക്കാതെ തന്നെ തീവണ്ടി ഓടി തുടങ്ങി.

വേഗത ഇല്ലാതെ തീവണ്ടി ഓടികൊണ്ടിരുന്നു. പൊന്നാനിയുടെ ചിന്തകളിൽ നിന്നും തിരിച്ചിറങ്ങി പുറത്തേക്ക് കണ്ണയച്ചു. പ്രളയാനന്തരം ശൂന്യവും നിർജ്ജീവവുമായ ഏതോ ഒരു ഭൂമികയുടെ മാറുപിളർന്ന

സഞ്ചാരപാതയിലൂടെ വലിച്ചിഴക്കപ്പെട്ട് തീവണ്ടി നീങ്ങി. ചൂഷണം ചെയ്യപ്പെട്ട ഗദ്ഗദങ്ങളെ അമർത്തി ഒരുക്കി വർത്തമാനകാലത്തിന്റെ ഷണ്ഡത്വത്തിൽ അഭയമർപ്പിച്ച് തീവണ്ടി നീങ്ങി കൊണ്ടിരുന്നു. പുറത്ത് പൊടിക്കാറ്റ് ഉയർത്തിയ ആരവത്തിന്റെ ഛായ ചിത്രം വെറും കാഴ്ചയായി. ഭ്രമിപ്പിക്കുന്ന നൈമിഷികത! നിമിഷങ്ങളിലൂടെ ജീവിക്കുന്നവന് ഇന്നലെകളില്ല നാളെയും...! ഇന്ന് മാത്രം. ഇപ്പോൾ മാത്രം.

പുറത്ത് നിന്നും പൊടി നിറഞ്ഞ ചൂടുകാറ്റ് കടന്ന് വരുന്നുണ്ട്. ആകാശത്ത് കത്യുജ്ജ്വലിക്കുന്ന സൂര്യൻ. അതിനു താഴെ എഞ്ചിനിൽ കൊളുത്തി വലിച്ച് രണ്ട് ബോഗികൾ. ജീവനില്ലാത്ത ചലനാത്മകത. അതിനപ്പുറം കുടങ്ങൾ തലയിൽവെച്ച് വരിവരിയായ് മുന്നോട്ട് നീങ്ങുന്ന ഏതോ ഗ്രാമീണർ. ശോകച്ഛവി പുരണ്ട മുഖങ്ങളായിരുന്നു അവർക്ക്. മഞ്ഞയും പച്ചയും, ചുകപ്പും, നീലയും കലർന്ന വർണ്ണത്തിലുള്ള വസ്ത്രങ്ങളണിഞ്ഞ അവർ കണ്ണിലേക്ക് കുത്തിക്കയറി. ഒരു താരാട്ടിന്റെ ഈണം പോലെ കടന്നു പോകുന്ന തീവണ്ടിയെ അവർ തുറിച്ച് നോക്കി. ചിലരുടെ കണ്ണുകൾ അതിമനോഹരങ്ങളായിരുന്നു. അതിനു താഴെ അവരുടെ ചുണ്ടുകൾ വരണ്ട് കിടന്നു. താഴെ ഭൂമിയും വരണ്ടുണങ്ങി കഴിഞ്ഞിരുന്നു. ഒടുവിൽ പൊടിക്കാറ്റിൽ എല്ലാം അവ്യക്തമായി.

ധൃതിയും അശാന്തതയും നിറഞ്ഞ ആധുനിക സമൂഹം ഇനിയും ജലമെന്ന അമൂല്യതയെ കുറിച്ച് ബോധവാന്മാരല്ല എന്ന യാഥാർത്ഥ്യം അയാളെ കുറിച്ച് ദിവസം മുമ്പത്തെ കാഴ്ച ബോധ്യപ്പെടുത്തി. പേടിയോട് കൂടി വീണ്ടും ആ കാഴ്ച അയാൾ ഓർത്തെടുത്തു. തിരക്കിൽ സങ്കുചിതമായ മനസ്സുമായി എറണാകുളമെന്ന മഹാനഗരത്തിലൂടെ തലങ്ങും വിലങ്ങും സ്വബോധം നഷ്ടപ്പെട്ട് ചലിക്കുന്ന മനുഷ്യർ. അവർക്ക് മുന്നിൽ പൊട്ടിയ പൈപ്പിൽ നിന്നും ഒഴുകുന്ന ജലം. ജലം ഒഴുകി ഓടയിൽ പാഴാകുന്നു. അതൊരു വല്ലാത്ത കാഴ്ചയായിരുന്നു. ഒരാളു പോലും അതൊന്നും ശ്രദ്ധിച്ചില്ല. വാട്ടർ അതോററ്റിയിൽ വിളിച്ചപ്പോൾ സ്റ്റാഫ് ഇല്ലെത്രെ. അതെ തൊണ്ട വരണ്ട് ചാവാൻ വിധിക്കപ്പെട്ട... അല്ല, സ്വയം മരണം ഇരന്ന് വാങ്ങുന്നവർ തന്നെ!

പെട്ടന്നാണ് തീവണ്ടി ആടി ഉലഞ്ഞ് നിന്നത്. മുറിഞ്ഞ ചിന്തയുടെ കൂട്ടത്തിൽ നോട്ടം പുറത്തേക്ക് തിരിച്ചു. അവിടെ പൊടിക്കാറ്റ് മാത്രം. മറ്റൊന്നും കാണാൻ കഴിഞ്ഞില്ല. സീറ്റിൽ നിന്നും എഴുന്നേറ്റ് വാതിലിനടുത്ത് ചെന്ന് പുറത്തേക്ക് നോക്കി. ആദ്യ കാഴ്ച മുന്നിലെ ബോഗിയിൽ നിന്നും എന്നെപ്പോലെ ഒരു തല പുറത്തേക്ക് നീട്ടി നോക്കുന്നു. അതിനപ്പുറം എഞ്ചിൻ ഡ്രൈവറും മറ്റ് രണ്ട് ജോലിക്കാരും പുറത്തിറങ്ങി നിന്ന് പാളത്തിലേക്ക് ചൂണ്ടി ഉറക്കെ സംസാരിക്കുന്നു. കാര്യം വ്യക്തമായി

മനസ്സിലാകാത്തത് കൊണ്ട് അയാൾ തീവണ്ടിയിൽ നിന്നും പുറത്തിറങ്ങി. ചൂടിനെ വകഞ്ഞ് മാറ്റി മുന്നോട്ട് നടന്നു. അവിടെ തീവണ്ടിയ്ക്ക് മുന്നിൽ പാളത്തിൽ രക്തത്തിൽ കുളിച്ച് ഒരാൾ കിടക്കുന്നു. തീവണ്ടിയ്ക്ക് മുന്നിലേക്ക് ചാടിയതാണൊ അതോ വീണതാണോ എന്ന് തിരിച്ചറിയാതെ. എഞ്ചിൻ ഡ്രൈവർ ഇനി എന്ത് എന്ന ഒരു ചോദ്യവുമായി അമ്പരന്ന് നിൽക്കുന്നു. വളരെ പ്രായം കുറഞ്ഞ ഇപ്പോൾ കരയും എന്ന ഭാവമുള്ള ഒരു ചെറുപ്പക്കാരനാണ് എഞ്ചിൻ ഡ്രൈവർ. അയാൾ പതുക്കെ പാളത്തിലേക്ക് നടന്ന് കമിഴ്ന്ന് കിടന്നിരുന്ന അയാളെ മലർത്തി കിടത്തി. അയാളിൽ ഒരനക്കവും കണ്ടില്ല. നാഡിമിടിപ്പ് പരിശോധിച്ച അയാൾ എഞ്ചിൻ ഡ്രൈവറെ നോക്കി. എഞ്ചിൻ ഡ്രൈവർ നിസ്സഹായനായി നോക്കി നിൽക്കുകയാണ്. അയാൾ പതുക്കെ എഴുന്നേറ്റ് പാളത്തിൽ കിടക്കുന്ന വ്യക്തി മരിച്ച എന്ന സത്യം എഞ്ചിൻ ഡ്രൈവറെ അറിയിച്ച.

സമയം മുന്നോട്ട് നീങ്ങി കൊണ്ടിരുന്നു. ആ മൃതദേഹം എന്ത് ചെയ്യണം എന്നറിയാതെ അവർ ധർമ്മസങ്കടത്തിലായിരുന്നു. നോക്കെത്താ ദൂരത്തോളം ശൂന്യമായ മഹാ വിജനത. വീശിയടിക്കുന്ന പൊടിക്കാറ്റ്. കനത്ത ചൂട്, നിസ്സഹായരായ മനുഷ്യർക്ക് മുകളിൽ സൂര്യൻ ജ്വലിച്ച.

ഇപ്പോൾ താളാത്മകമായാണ് തീവണ്ടി നീങ്ങുന്നത്. ആ താളത്തിനൊപ്പം മൃതദേഹം ഇളകി. ഒലിച്ചിറങ്ങി തളം കെട്ടിയ ചോരയിലേക്ക് നോക്കി അൽപം മുമ്പത്തെ ചിത്രങ്ങൾ അയാൾ ഓർത്തു.

അതൊരു പ്രതിസന്ധിയായിരുന്നു. എങ്ങനെ അത് തരണം ചെയ്യണമെന്നറിയാതെ എഞ്ചിൻ ഡ്രൈവറും സഹായിയും കുഴങ്ങി. അവർ റെയിൽവേ പോലീസിൽ വിവരം അറിയിച്ച. അവരിൽ നിന്നും കൃത്യമായ മറുപടി ലഭിച്ചില്ല. വേണമെങ്കിൽ ആ ശവശരീരം അവിടെ മാറ്റിയിട്ട് യാത്ര തുടരാം പക്ഷേ...

ഒടുവിൽ ആ ശവശരീരം അവർ തീവണ്ടിയിൽ കയറ്റി മറ്റേ ബോഗിയിലെ അപരിചിതനോട് തന്റെ കൂടെ ബോഗിയിൽ കയറുമോ എന്നയാൾ ചോദിച്ച. ആദ്യം ഒന്ന് മടിച്ചെങ്കിലും പിന്നീട് അയാൾ തീരുമാനം മാറ്റി.

അയാൾ സഹയാത്രികന്റെ മുഖത്ത് നോക്കി. സഹയാത്രികൻ നിർജ്ജീവമായ ഒരവസ്ഥയിൽ ഇരിക്കുകയാണ്. താനെന്തിനാണ് ഇയാളെ ഈ ബോഗിയിൽ വിളിച്ച കയറ്റിയത് ? ഒരു ശവശരീരത്തിനൊപ്പം യാത്ര ചെയ്യാനുള്ള ഭയം കൊണ്ടല്ലേ ? അതെ അതാണ് സത്യം. ലോക ചരിത്രത്തിൽ ഒരു ശവശരീരവും ആരേയും ആക്രമിച്ചിട്ടില്ല. എന്നാൽ തന്റെ നിഗൂഢതയുള്ള സഹയാത്രികൻ തന്നെ എപ്പോൾ

വേണമെങ്കിലും ആക്രമിച്ചേക്കാം. എന്നിട്ടും ശവശരീരത്തെ ഭയക്കുന്നു. അതിനകത്തെ യുക്തി മനസിലാകുന്നില്ല. മനുഷ്യബോധതലത്തിലേക്ക് കുത്തിവെക്കപ്പെട്ട നിരവധി അപകടങ്ങൾ പോലെ ഒന്ന് തന്നെയാണ് ഇതും. അങ്ങിനെ ചിന്തയിലൂടെ കടന്ന് പോകുമ്പോൾ മരിച്ച ആളുടെ കീശയിൽ ഒരെഴുത്ത് കണ്ടു. അയാൾ അതെടുത്ത് നിവർത്തി.

അത് ഒരു കുറിപ്പായിരുന്നു. 'സർ, എനിക്ക് ഒരാൺകുട്ടി പിറന്നിരിക്കുന്നു. നാട്ടിൽ പോയി കുഞ്ഞിനെ കാണാൻ കുറച്ച് ദിവസത്തെ ലീവ് അനുവദിക്കണം'. ഇതായിരുന്നു കുറിപ്പിലെ ചുരുക്കം. അയാൾ കുറിപ്പിൽ നിന്നും കണ്ണെടുത്ത് മരണം കവർന്ന ആ പിതാവിന്റെ മുഖത്തേക്ക് നോക്കി. കിനിഞ്ഞിറങ്ങിയ രക്തത്തിലൂടെ തുറന്ന കണ്ണുകളിൽ ഒരു യാചന തങ്ങിനിന്നിരുന്നു. ആൺ കുഞ്ഞ് പിറന്ന സന്തോഷത്തിൽ വരുന്ന ഭർത്താവിനെ കാത്തിരിക്കുന്ന ഭാര്യയെ കുറിച്ചയാൾ ഓർത്തു. പ്രായമായ ഒരമ്മയും മകന് വേണ്ടി കാത്തിരിക്കുന്നുണ്ടാകും. അവർ അറിയുന്നില്ല തന്റെ ഭർത്താവ് തന്റെ മകൻ ഇനി ജീവനോടെ വരില്ല എന്ന കാര്യം. അല്ലെങ്കിലും ലോകം ഇങ്ങനെയൊക്കെയാണ്.

ഇവിടെ തന്റെ നിയോഗമെന്താണ്. ഇയാളെ വീട്ടിലെത്തിക്കുക എന്നതാകും. അതെ ഈ ദൂരമത്രയും താണ്ടി ഈ ഒരു നിയോഗത്തിനാകാം താൻ ഇവിടെ എത്തിയത്. ജന്മങ്ങൾക്കിടയിലെ ആത്മബന്ധത്തിന്റെ നൂലുകൾ ഞങ്ങളെ ബന്ധിപ്പിച്ചിരിക്കണം. എന്നാലും എങ്ങിനെ ഇതെല്ലാം നിർവ്വഹിക്കാനാകും. ഒരു ദീർഘനിശ്വാസത്തോടെ അയാൾ ആ കുറിപ്പ് കീശയിൽ തന്നെ തിരിച്ച് വെച്ച് സഹയാത്രികനെ നോക്കി. അയാൾ ഉറക്കത്തിലായിരുന്നു. എങ്ങിനെയാണ് അയാൾക്ക് ഉറങ്ങാൻ കഴിയുന്നത് ? അയാൾക്ക് അടുത്ത് അൽപം മുമ്പ് വരെ സ്വപ്നങ്ങളും മോഹങ്ങളുമായി ജീവിച്ചിരുന്ന ഒരു മനുഷ്യനാണ് നിർജ്ജീവമായി കിടക്കുന്നത്. ആ കുറിപ്പ് വായിക്കുന്നത് വരെ താനും കരുതിയത് അതൊരു ആത്മഹത്യയാണെന്നാണ്. പക്ഷെ അങ്ങിനെ അല്ലെന്നു ഇപ്പോൾ തിരിച്ചറിയുന്നു. പിന്നെ പിന്നെന്താണ് സംഭവിച്ചു കാണുക. അതിന് ഇനി ഉത്തരം ഉണ്ടാകില്ല. ലോകത്ത് അനേകം പേർ മരിക്കുന്നു. അനേകം പേർ ജനിക്കുന്നു. ജനിമൃതിയുടെ ഇതിഹാസങ്ങളിൽ മറഞ്ഞുപോയവർ. കേവല പരമായ ഒരു വ്യക്തിയായി പോലും രേഖപ്പെടാത്തവർ. ഉറുമ്പുകളും പാറ്റകളും പോലെ കുറേ മനുഷ്യർ. ജനിച്ചു തിന്നുകുടിച്ച് മരിച്ചു. മരിച്ചവർ... മനുഷ്യർ... അതിനിടയിൽ ജാതി, മതം, വർഗ്ഗം, ഗോത്രം, അഹങ്കാരം, അസൂയ, ദേഷ്യം, പക പ്രതികാരം, യുദ്ധം... ഒടുവിൽ, ഒടുവിലവൻ കീഴടങ്ങി അനങ്ങാതെ... അങ്ങിനെ ജീർണ്ണിച്ച് ചരിത്രത്തിന്റെ പുറമ്പോക്കിൽ!

തീവണ്ടി ക്രമാതീതമായ വേഗതയിലായിരുന്നു. വല്ലാതെ ആടി ഉലഞ്ഞ് സഞ്ചാര പാതയും വിട്ട് ഉയർന്നു പൊങ്ങി.

എന്താണ് സംഭവിക്കുന്നത് എന്നറിയുന്നതിന് മുമ്പ് തല ശക്തിയിലെവിടേയോ ഇടിച്ചു. പതുക്കെ എല്ലാം അവ്യക്തമായി... ഇരുട്ട്....ഇരുട്ട്....

മരുന്നിന്റെ മണം ക്രൂരമായി മൂക്കിലേക്ക് തുളച്ചുകയറുന്നതിന്റെ അസഹ്യതയിൽ കണ്ണുകൾ തുറന്നു. ആദ്യം ഒരമ്പരപ്പായിരുന്നു. ഒന്നും മനസ്സിലായില്ല. ബോധതലം മരവിപ്പിൽ നിന്നും ഉണരാൻ കുറച്ച സമയമെടുത്തു. എല്ലാം വ്യക്തമായപ്പോൾ പതുക്കെ എഴുന്നേൽക്കാൻ ശ്രമിച്ചു. പക്ഷേ കഴിഞ്ഞില്ല, കാലിലും കയ്യിലും പിന്നെ തലയിലും വലിയ കെട്ടുകൾ ശരീരത്തിന്റെ തിരിച്ചറിയാനാകാത്ത പല ഭാഗത്തും കൂടിയും കുറഞ്ഞുമുള്ള വേദനകൾ. മുറിയിലേക്ക് കടന്ന് വന്ന നേഴ്സിനോട് കാര്യങ്ങൾ തിരക്കി. അവരാണ് പറഞ്ഞത് തീവണ്ടി പാളം തെറ്റിയതാണെന്ന്. തീവണ്ടിയിൽ ഉണ്ടായിരുന്നവരിൽ താൻ മാത്രമാണ് ജീവനോടെ ശേഷിച്ചത്.

ഒന്നും മനസ്സിലാക്കാതെ പ്രപഞ്ചത്തിന്റെ തത്വസംഹിതകളുടെ നിശ്ശബ്ദതയിൽ അയാൾ പതുക്കെ കണ്ണുകളടച്ചു. ഇനി തുറക്കുമോ എന്ന ഉറപ്പില്ലാതെ...!

അപ്പോൾ അയാളുടെ കണ്ണിൽ നിന്നും ഒരു തുള്ളി കണ്ണീർ അടർന്നു വീണു...

മീര എന്ന പെണ്ണ്

പതിനെട്ട് ഇഞ്ച് നീളവും പന്ത്രണ്ട് ഇഞ്ച് വീതിയുമുള്ള ഒരു ചട്ടക്കൂടിനുള്ളിൽ നേർത്ത ചിരിയോടെ ഒരു മുഖം. അതിൽ ചാർത്തിയ പ്ലാസ്റ്റിക് പൂവ്. മുന്നിൽ എരിയുന്ന നിലവിളക്ക് ഇപ്പോൾ അതാണ് മോഹൻ. ഏഴ് ദിവസത്തിനപ്പുറം സൂര്യൻ അസ്തമിക്കുന്നത് പോലെ മോഹൻ അസ്തമിച്ചു. ഇനി മോഹൻ ഇല്ല. പകരം വർണ്ണങ്ങൾ നഷ്ടപ്പെട്ട കുറേ ഓർമ്മകൾ മാത്രം.

മോഹന്റെ ചിത്രത്തിൽ നിന്നും നോട്ടം തിരിച്ച് മീര കടലിലേക്ക് നോക്കി. കടൽ പ്രക്ഷുബ്ധമാണ്. മുകളിൽ മഴമേഘങ്ങൾ പർവ്വത സമാനമായ ആകൃതിയിൽ കലങ്ങി മറിയുന്നു. മഴ പെയ്തേക്കും. ഫ്ലാറ്റിന്റെ ഏഴാം നിലയിൽ നിന്നും കടൽ നോക്കി കാണാൻ നല്ല ഭംഗിയാണ്. മോഹൻ തന്നെ വിവാഹം കഴിച്ച് ഈ ഫ്ലാറ്റിൽ എത്തിയതു മുതൽ ഏറ്റവും കൂടുതൽ താൻ കണ്ടത് കടൽ തന്നെ. മോഹനും അത് ഏറെ പ്രിയപ്പെട്ടത് തന്നെ ആയിരുന്നു!

അതെ വീണ്ടും ചിന്ത മോഹനിലേക്ക് മടങ്ങിയെത്തി. മോഹനും താനും തമ്മിൽ വലിയ പ്രണയം ഒന്നുമുണ്ടായിരുന്നില്ല. കേവലം സാധാരണ ജീവിതം. വിവാഹപ്രായം കഴിഞ്ഞ് സാമ്പത്തിക പ്രാരാബ്ധങ്ങൾ കാരണം വിവാഹം ഒരു സ്വപ്നമായി അവശേഷിക്കുമ്പോളാണ് മോഹന്റെ വിവാഹാലോചന വരുന്നത്. മോഹന് പ്രത്യേകമായ നിബന്ധനകൾ ഒന്നും ഉണ്ടായിരുന്നില്ല. പുസ്തകങ്ങളോടുള്ള ഇഷ്ടം അദ്ദേഹത്തെ ഒരു പ്രസാധകൻ ആക്കി. അങ്ങനെ അതിനു പുറകെ സഞ്ചരിച്ച് മുപ്പത്തഞ്ച് കാരനായത് അദ്ദേഹം അറിഞ്ഞില്ല. അതുകൊണ്ട് തന്നെ ഞങ്ങളുടെ വിവാഹം വേഗത്തിൽ നടന്നു. അങ്ങനെ ശുദ്ധ ഗ്രാമ പ്രകൃതത്തിൽ നിന്നും നഗരത്തിലെ ഈ ഫ്ലാറ്റിൽ എത്തി. തനിക്ക്

അപരിചിതമായ ഒരു ലോകം മോഹൻ രാവിലെ പോയാൽ രാത്രിയെ തിരിച്ചെത്തൂ. എത്തിയയാലും പ്രസാധകൻ എന്ന നിലയിൽ ധാരാളം ജോലികൾ കാണും. എങ്കിലും മോഹൻ എന്നോട് സംസാരിക്കാൻ സമയം കണ്ടെത്തുമായിരുന്നു. പക്ഷേ എനിക്ക് അധികം സംസാരിക്കാൻ കഴിഞ്ഞിരുന്നില്ല. അത് എന്തുകൊണ്ടാണെന്ന് ഉത്തരവുമുണ്ടായിരുന്നില്ല. ഓർത്തുവെക്കാൻ മാത്രം പ്രസക്തമായ ഒന്നും ഞങ്ങളുടെ ജീവിതത്തിൽ ഉണ്ടായിട്ടില്ല. തികച്ചും സാധാരണം. എന്നാൽ മോഹന്റെ മരണശേഷം മാത്രമാണ് ഞാൻ ഒരു സത്യം തിരിച്ചറിഞ്ഞത്. മോഹൻ തന്റെ ജീവിതത്തിൽ ഇത്രയേറെ ആഴത്തിൽ പതിഞ്ഞു കിടന്നിരുന്നു എന്ന്. തനിക്കു മുകളിൽ പടർന്നു പന്തലിച്ച ഒരു വൻ വൃക്ഷമായിരുന്നു മോഹൻ. ആ തണലാണ് നഷ്ടമായത്.

ചിന്തകളുടെ ആഴങ്ങളിലേക്ക് കോളിംഗ് ബെല്ലിന്റെ ശബ്ദം. കടന്നു വന്നപ്പോൾ മീര ഞെട്ടി. എന്നാലും യാന്ത്രികമായി അവൾ വാതിലിനടുത്തേക്ക് നടന്നു. വാതിൽ തുറന്നപ്പോൾ പുറത്ത് വെള്ള വസ്ത്രത്തിൽ തന്നെ പൊതിഞ്ഞ് നടക്കാറുള്ള ഫ്ലാറ്റ് അസോസിയേഷൻ സെക്രട്ടറി. മനോഹരമായി എന്ന് സ്വയം തോന്നുന്ന ഒരു ചിരിയുമായി നിൽക്കുന്നു. കഷണ്ടി കയറിയ അയാളുടെ മുഖം ചാണകം മെഴുകിയ മുറ്റം പോലെ തിളങ്ങി. മാത്രമല്ല തലവേദന സൃഷ്ടിക്കുന്ന ഒരു തരം പെർഫ്യൂമിന്റെ മണവും കടന്ന് വന്നു. മീര അത്ഭുതത്തോടെ അയാളെ നോക്കി. കാരണം, മോഹൻ ജീവിച്ചിരിക്കേ ഒരിക്കൽ പോലും അങ്ങോട്ട് വരാത്ത ഒരാളാണ് അയാൾ എന്നതാണ്.

“നമസ്കാരം....”അയാൾ ചിരി നിലനിർത്തി തന്നെ പറഞ്ഞു.

മീര മറുപടിയൊന്നും പറയാതെ തലയാട്ടി.

അയാൾ തുടർന്നു: “എന്നെ മനസ്സിലായില്ല എന്ന് തോന്നുന്നു. ഞാൻ ഫ്ലാറ്റ് അസോസിയേഷൻ സെക്രട്ടറി...”

അങ്ങിനെ അയാൾ പറഞ്ഞ് കൊണ്ടിരിക്കേ സാരി ധരിച്ച മീരയുടെ ശരീര ഭാഗങ്ങളിലൂടെ അയാളുടെ കണ്ണുകൾ ആർത്തിയോടെ ചലിച്ചു.

കണ്ണുകൾ കൊണ്ട് അയാൾ തന്നെ വിവസ്ത്രയാക്കുകയാണെന്നറിഞ്ഞ മീരയ്ക്ക് ശരീരത്തിലൂടെ പുഴക്കൾ അരിക്കുന്ന പോലുള്ള വെറുപ്പ് അനുഭവപ്പെട്ടു. മധുരമൂറുന്ന കാമാലകൾ കൊണ്ട് അയാളിൽ നേരിയ വിറയൽ ബാധിക്കുന്നത് മീര തിരിച്ചറിഞ്ഞു. ഇത്രയധികം പുരുഷത്വത്തെ തട്ടി ഉണർത്താൻ പാകത്തിലുള്ള ഒരു ശരീരം തനിക്കുണ്ടെന്ന ഒരു പുതിയ അറിവിൽ മീര ഞെട്ടി. ഇന്നലെ ഉണ്ടായ അനുഭവം കൂടി ചേർത്ത് വായിക്കേണ്ടിയിരിക്കുന്നു.

ഇന്നലെ ഏകദേശം വൈകുന്നേരം ആറ് മണി ആയിക്കാണും. പറയത്തക്ക ബന്ധുക്കളൊന്നും ഇല്ല മോഹന്. എന്നാലും ചില ബന്ധുക്കളൊക്കെ ഇന്നലെ വരെ ഉണ്ടായിരുന്നു. അവർ പോയി സമ്പൂർണ്ണ നിശ്ശബ്ദതയിലാണ്ട്, മരവിച്ച ഏകാന്തതയോട് പൊരുത്തപ്പെട്ട് വരുമ്പോളായിരുന്നു ഇത് പോലെ കോളിംഗ് ബെൽ ശബ്ദിച്ചത്. വാതിൽ തുറന്നപ്പോൾ റ്റുവെൽവ് ബി യിലെ വാസന്തി ചേച്ചിയുടെ മകൻ മഹേഷ്, അവൻ ഡിഗ്രി വിദ്യാർത്ഥിയാണ്. പരിചിതരായത് കൊണ്ട് ചിരിച്ചു. കയറി ഇരിക്കാൻ പറഞ്ഞു. ചായ എടുക്കട്ടെ എന്ന് ചോദിച്ചപ്പോൾ അവൻ വേണ്ടന്ന് പറഞ്ഞു. അവനും എന്ത് സഹായവും ചെയ്യാൻ തയ്യാറാണെന്ന അറിയിപ്പുമായാണ് എത്തിയത്. പിന്നെയും അവൻ സംസാരിച്ചുകൊണ്ടിരുന്നു. ആ സമയത്താണ് ശ്രദ്ധയിൽ പതിഞ്ഞത്. സാരി ധരിച്ച് പുറത്ത് കാണുന്ന തന്റെ വയറിലും സാധാരണയിൽ കവിഞ്ഞ് ഉയർന്ന തന്റെ മാറിടത്തിലും അവന്റെ കണ്ണുകൾ മാറി മാറി പതിക്കുന്നു. അവൻ തന്റെ പച്ച മാംസം കൊത്തിവലിക്കുകയാണ്.

വാതിൽ വലിച്ചടച്ചത് ഉച്ചത്തിലായി. ഒരു തരം വെറുപ്പ് ഉണ്ടായിരുന്ന ആ പ്രവർത്തനത്തിൽ. കാരുണ്യമെന്ന ഇര കോർത്ത ചൂണ്ടയുമായി പെണ്ണിനെ സമീപിക്കുന്നവർ. 'ദൈവമേ...!' അവൾ അറിയാതെ വിളിച്ചു പോയി.

ഭർത്താവ് നഷ്ടപ്പെട്ട് കുട്ടികളില്ലാത്ത യൗവ്വനം നിറഞ്ഞ ഒരു സ്ത്രീ. അവൾ... പിന്നെ ഒന്നും ഓർക്കാൻ കഴിയാതെ ഭീതിതമായ ഒരു മരവിപ്പിൽ മീര കസേരയിലേക്ക് ചാഞ്ഞു.

കോടമഞ്ഞ് നിറഞ്ഞ പ്രഭാതത്തിൽ പാടവരമ്പിലൂടെ അച്ഛന് പുറകിൽ മീര നടന്നു. അച്ഛൻ എന്നും വലിയ ആശ്വാസവും ധൈര്യവും ആയിരുന്നു. മുഖമൂടി അണിഞ്ഞ ലോകത്ത് അച്ഛൻ ആവശ്യത്തേക്കാൾ സത്യസന്ധൻ ആയിപ്പോയി എന്നത് വലിയ പരാജയമായിരുന്നു.

ജീവിതത്തിൽ ഒന്നും നേടാത്ത ഒരു മനുഷ്യൻ. എന്നിട്ടും ഒരിക്കലും ഒന്നിനോടും ഒരു പരാധിയും ഉണ്ടായിരുന്നില്ല. അച്ഛൻ വലിയ ഒരു മനസിനുടമയായിരുന്നു. തന്നെ കുറിച്ചായിരുന്നു എല്ലാ വേദനയും.

അച്ഛൻ ഇടയ്ക്ക് തിരിഞ്ഞു നോക്കി. ആ നോട്ടത്തിലെ സ്നേഹത്തിന്റെ ആഴം പലപ്പോഴും തിരിച്ചറിഞ്ഞിട്ടുള്ളതാണ്.

വരമ്പിൽ കാൽ തെന്നി...

ഒരു നിലവിളിയോടെ മീര ഞെട്ടി ഉണർന്നു. അമ്പരപ്പ് മാറാതെ മീര കട്ടിലിൽ തന്നെ കുറേ നേരം ഇരുന്നു.

സ്വപ്നാവസ്ഥയിൽ നിന്നും യാഥാർത്ഥ്യത്തിലേക്ക് തിരിച്ചെത്തിയ മീര എഴുന്നേറ്റ് വാഷ് ബെയിസിനിൽ നിന്നും മുഖം കഴുകി. കണ്ണാടിയിൽ നോക്കി. കുറച്ച് ദിവസങ്ങൾ കൊണ്ട് താൻ വല്ലാതെ മാറിയിരിക്കുന്നു. കണ്ണിനടിയിലും ചുണ്ടിലും കറുപ്പ് പടർന്നിരിക്കുന്നു. മുഖം ക്ഷീണിച്ച് ചുരുങ്ങിയിരിക്കുന്നു.

കണ്ണുകൾ കൊണ്ടുള്ള കൊത്തിവലിക്കലുകൾ അസഹ്യമായി മാറി യിരിക്കുന്നു. ഓരോ ആണിനെ കാണുമ്പോഴും നെഞ്ചിനുള്ളിൽ ചൂടുള്ള ഒരു പുകച്ചിലാണ്. അത് പിന്നീട് ശരീരം ആസകലം പടർന്നു കയറും.

ഇവിടെ തനിച്ച് ജീവിക്കാൻ കഴിയില്ല. മോഹൻ ഇല്ലാത്ത ഈ ദിവസങ്ങൾ അത് തനിക്ക് ബോധ്യപ്പെടുത്തി തന്നിരിക്കുന്നു.

താനിനി എങ്ങനെ മുന്നോട്ട് പോകും....?

അതൊരു കനത്ത തിരിച്ചറിവായിരുന്നു. അതിന്റെ തീവ്രതയിൽ മീര തളർന്നു. ആ സമയം ഒരു പ്രകമ്പനം പോലെ കോളിങ്ങ് ബെൽ ശബ്ദിച്ചു.

ക്ഷീണിച്ച കാലുകൾ ബലമായി മുന്നോട്ട് നീക്കി മീര വാതിലിനടുത്തെത്തി വാതിൽ തുറന്നു. പുറത്ത് സുമേഷായിരുന്നു. മോഹനന്റെ അടുത്ത സുഹൃത്ത്. മീര കുറച്ച് സമയം എന്ത് ചെയ്യണമെന്നറിയാതെ അങ്ങിനെ നിന്നു. വേഗത്തിൽ സമനില വീണ്ടെടുത്ത് സുമേഷിനോട് കയറി ഇരിക്കാൻ പറഞ്ഞു. സുമേഷ് കയറി ഇരുന്നപ്പോൾ മീര മനപ്പൂർവ്വം വാതിലടക്കാതെ അവനോട് കാപ്പി എടുക്കാം എന്ന് പറഞ്ഞ് അടുക്കളയിലേക്ക് നടന്നു. നടക്കുമ്പോൾ വിവിധ ചിന്തകളാൽ കലുഷിതമായ മനസ്സിനെ നിയന്ത്രിക്കാൻ പാടുപെടുകയായിരുന്നു അവൾ. വെള്ളം തിളക്കുന്നത് നോക്കി നിൽക്കേ പുറകിൽ ആരോ ഉണ്ടെന്ന തോന്നൽ ഉണ്ടായി. മീര പെട്ടെന്ന് തിരിഞ്ഞ് നോക്കി. ഒരു ചിരിയോടെ സുമേഷ് മീരയുടെ കൈ പിടിച്ചു. മീര കുതറി മാറാൻ ശ്രമിച്ചപ്പോൾ സുമേഷ് അവളെ ഒന്നടങ്കം പിടിച്ചു. ഇനി ഒരു രക്ഷപ്പെടൽ അസാധ്യമാണെന്ന അറിവിൽ സഹചമായ വാസനയിൽ മീര ഉറക്കെ കരഞ്ഞു.

നിലവിളി ശബ്ദം കേട്ട് ഓഫീസ് മുറിയിൽ ഇരുന്നിരുന്ന സുമേഷ് ഓടി വന്നു. അവിടെ നിലത്ത് കിടന്നുരുളുന്ന മീരയെയാണ് കണ്ടത്. എന്ത് ചെയ്യണമെന്നറിയാതെ കുറച്ച് സമയം സുമേഷ് തുറിച്ച് നോക്കി നിന്നു. പെട്ടെന്ന് കണ്ണിൽ പെട്ട ജഗ്ഗിൽ നിന്നും അൽപം വെള്ളമെടുത്ത് മീരയുടെ മുഖത്ത് തെളിച്ചു.

സ്വബോധത്തിലേക്ക് തിരിച്ച് വരാൻ അൽപം കൂടി സമയമെടുത്തു. മീര സുമേഷിനെ നോക്കി.

“എന്താ എന്ത് പറ്റി....?” സുമേഷ് ഒന്നും മനസ്സിലാകാതെ ചോദിച്ചു.

ഒന്നും പറയാനാകാതെ മീര തേങ്ങിക്കരഞ്ഞു. മനസ്സും ശരീരവും തളർന്ന അവൾ ഒരു ആശ്രയത്തിനായി ആഗ്രഹിച്ചു.

“ബാങ്കിന്റെ പ്രശ്നങ്ങൾ ഞാൻ ശരിയാക്കീട്ട് ഉണ്ട്, ഇനി കുഴപ്പമില്ല”. സുമേഷ് പറഞ്ഞു.

മീര താഴെ നിന്നും എഴുന്നേറ്റു. തേങ്ങലോടെ സുമേഷിനെ നോക്കി.

സുമേഷ് തുടർന്നു: “ബുക്ക് സ്റ്റാൾ തുറക്കാനുള്ള സംവിധാനങ്ങളും ചെയ്തിട്ടുണ്ട്. എല്ലാം ശരിയാകും....”

തേങ്ങൽ ഒരു വിധത്തിൽ ഒതുക്കി മീര പറഞ്ഞു: “പക്ഷേ, തനിച്ച്.... എന്നേക്കൊണ്ടൊന്നും കഴിയില്ല.....”

സുമേഷ് ആശ്വസിപ്പിച്ച് കൊണ്ട് പറഞ്ഞു: “പേടിക്കണ്ട എല്ലാം നമുക്ക് ശരിയാക്കാം....!”

സുമേഷ് ദീർഘനേരം മീരയുമായി സംസാരിച്ചു. സുമേഷ് ഒരിക്കൽ പോലും മാംസ ദാഹത്തോടെ വെറും പെണ്ണായി മീരയെ നോക്കിയില്ലെന്നത് അവൾക്ക് ആശ്വാസവും സമാധാനവും നൽകി.

സുമേഷ് പോയിട്ടും ഏറെ നേരം മീര ചിന്തയോടെ കടലിലേക്കും നോക്കി ഇരുന്നു. അപ്പോൾ കടലിൽ മഴ പെയ്യാൻ തുടങ്ങുകയായിരുന്നു.

ഉച്ചഭാഷിണിയും ദൈവങ്ങളും

അനന്തമായ മഴയ്ക്കൊപ്പം അനേകം ജീവനും ഒലിച്ച് പോയതിന്റെ കണ്ണീരുപ്പ് അലിഞ്ഞു ചേർന്ന മണ്ണിൽ നിന്നു യർന്ന കനത്ത ഉഷ്ണത്തിന്റെ മരീചിക കണ്ണ് കൊണ്ട് ദർശിച്ച് അങ്ങിനെ നീണ്ട് നിവർന്ന് അബ്ദുട്ടി നിന്നു.

തളർച്ച ബാധിച്ച നിരവധി തെങ്ങുകളുടെ നിസ്സഹായത വെളി വാക്കുന്ന അതിവിശാലമായ തെങ്ങും പറമ്പിന്റെ ഒറ്റയടിപാതയിൽ കാഴ്ചയുടെ അനന്തതയെ ആവാഹിച്ച് അബ്ദുട്ടി മുകളിലേക്ക് തല ഉയർത്തി അവിടെ തലകീഴായ് വർത്തമാനത്തിന്റെ ദർപ്പണം പോൽ വവ്വാലുകൾ തൂങ്ങിയാടുന്നു. അവ കൂട്ടം കൂട്ടമായി അവിടെ സാമ്രാജ്യം സൃഷ്ടിച്ചിരിക്കുകയാണ്. അവിടെ നിന്നും കണ്ണുകൾ പറിച്ചെടുത്ത് അബ്ദുട്ടി ദീർഘമായൊന്ന് ശ്വസിച്ചു. തുടർന്ന് കയ്യിലെ ഇരുമ്പ് ദണ്ഡ് ചുഴറ്റി മുന്നോട്ടാഞ്ഞു നടന്നു. കാലുകൾ പൂഴിമണ്ണിലാഴ്ന്ന് കാലുകളുടെ രേഖാചിത്രം പതിഞ്ഞ കാൻവാസു പോലെ ഒറ്റയടിപ്പാത വെയിലിൽ തിളങ്ങി. കരുത്തുറ്റ അബ്ദുട്ടിയുടെ കാലുകൾ ലക്ഷ്യത്തിലേക്ക് നീങ്ങി. അങ്ങിനെ മുന്നോട്ട് നീങ്ങവേ അബ്ദുട്ടി പലതും ഓർത്തെടുത്തു. മനസ്സിൽ നിന്നും വലിയ തിരുമേനിയുടെ ദൂതൻ എത്തിയാൽ ഇങ്ങനെ ദണ്ഡുമെടു ത്ത് വേട്ടക്കാരന്റെ മുഖമൂടിയും അണിഞ്ഞ് നടക്കും. പക്ഷെ, അതെല്ലാം രാത്രിയുടെ ഇരുട്ടിലൂടെ ആയിരുന്നു എന്ന് മാത്രം. അതെ ഇരുട്ടിലൂടെ...

ഇത് ആദ്യമായാണ് പകൽ വെളിച്ചത്തിൽ വേട്ടയ്ക്കിറങ്ങുന്നത്. വേട്ട ക്കാരന്റെ മുഖം ഒരിക്കലും വെളിച്ചത്തിൽ പ്രകടമായിരുന്നില്ല. അത് ഇരുട്ടിൽ മൂടിക്കിടക്കുകയാണ് പതിവ്. ഇരുട്ടിന്റെ മതിലുകൾക്കകത്ത്

അവയിലെ ഭാവങ്ങൾ തിരിച്ചറിയാറില്ല. അല്ലെങ്കിലും സ്വയം തിരിച്ചറിയുന്ന തിരിച്ചറിവുകൾ ഭാരമാണ്. ഇപ്പോൾ ചെറിയ കാർമേഘം പോലും മനുഷ്യനെ ഭയചകിതരാക്കുന്നു. ഭയം, ഭയം മാത്രം.

മനയുടെ ഉമ്മറത്തുള്ള ഭസ്മ തട്ടിൽ നിന്നും ഭസ്മം എടുത്ത് ശരീരത്തിലും നെറ്റിയിലും ഒരു കായികാഭ്യാസിയുടെ മെയ് വഴക്കത്തോടെ പൂശി പുറത്തേക്ക് കണ്ണയച്ച വലിയ തിരുമേനി അബ്ദുട്ടി എന്ന വേട്ടക്കാരന്റെ വരവ് കണ്ടു. ഓരോ കാലടികളും കനത്തിൽ തന്നെ മുന്നോട്ട് വെച്ച് തല ഉയർത്തിപ്പിടിച്ച് വിരിഞ്ഞ മാറിടവുമായി വരുന്ന അബ്ദുട്ടിയെ കണ്ട തിരുമേനി പൂണൂലിലൂടെ വിരലോടിച്ച് വെള്ളഴുത്ത് പതിഞ്ഞ കണ്ണുകൾ കൊണ്ട് അത്ഭുതത്തോടെ ആസ്വദിച്ച് നോക്കി. ഒരു നിമിഷം തിരുമേനിയ്ക്ക് ഗുരുവായൂർ കേശവനെ ഓർമ്മ വന്നു.

തിരുമേനിയുടെ മുന്നിലെത്തിയ അബ്ദുട്ടി ആ നോട്ടത്തിലെ അസ്വഭാവികത തിരിച്ചെറിഞ്ഞു: "എന്താ തിരുമേനി ഇങ്ങള് ഇങ്ങനെ നോക്ക്ണത്...? അബ്ദുട്ടി ചോദിച്ചു.

"ഹേയ് ഒന്നുല്ല്യ...." തിരുമേനി പറഞ്ഞു. "തന്നെ ഇങ്ങനെ ആദ്യാ കാണുന്നേയ്".

"അതിനു പകൽ വെളിച്ചത്തിൽ ഇത് ആദ്യമല്ലേ" അബ്ദുട്ടി പറഞ്ഞു.

തിരുമേനി ദീർഘമായൊന്ന് മൂളി.

"അകത്തുണ്ട് അങ്ങ്ട് ചെല്ലാ..."തിരുമേനി പറഞ്ഞു. അപ്പോൾ തിരുമേനിയുടെ കണ്ണുകൾ പിടഞ്ഞു.

അബ്ദുട്ടി ചിവിട്ടുപടി കയറി നടന്നു. തിരുമേനിയെ പിന്നിട്ട് പ്രാചീന ഗന്ധമുയരുന്ന ഇരുട്ട് വീണ ഇടനാഴിയിലൂടെ പരിചിതനെ പോലെ അബ്ദുട്ടി നടന്നു നീങ്ങി.

ഇടനാഴിയുടെ അങ്ങേ അറ്റത്ത് നിന്നും അവ്യക്തമായ ഒരു സ്ത്രീ രൂപം പറഞ്ഞു: "ദാ അവിടെ...."

അടഞ്ഞ് കിടന്ന മുറിയുടെ വാതിൽക്കൽ അബ്ദുട്ടി അൽപ സമയം നിന്നു ഒരു പ്രാർത്ഥനയിലെന്നവണ്ണം. കയ്യിലെ ഇരുമ്പ് വടി മുറുകെ പിടിച്ച് വാതിൽ തുറന്ന് അബ്ദുട്ടി അകത്ത് കയറി. വലിയ ശബ്ദത്തോടെ വാതിലടഞ്ഞു.

ഓടിനു പകരം ചില്ല് പാകിയ മുറിയിൽ ധാരാളം പ്രകാശമുണ്ടായിരുന്നു. പ്രകാശത്തിന്റെ നേർരേഖയ്ക്കപ്പുറം നിഴലിൽ ഒരു രൂപം അനങ്ങി. അബ്ദുട്ടിയുടെ കണ്ണുകൾ അതിലുടക്കി. വേട്ടക്കാരന്റെ തീവ്ര വികാരങ്ങളൊന്നും ഇല്ലാതെ അബ്ദുട്ടി സൗമ്യനും ശാന്തനുമായി കാണപ്പെട്ടു.

ബലിമൃഗത്തിനോട് തോന്നുന്ന സ്നേഹ വായ്പയോടെ കാഴ്ച കൊണ്ട് അബ്ദുട്ടി അതിനെ തൊട്ടു തലോടി. ജീവൻ ജീവനെ തൊടുമ്പോൾ ഉണ്ടാകുന്ന വിസ്മയകരമായ ഒരാനന്ദം. അത് അബ്ദുട്ടിയുടെ ആത്മാവിനെ സ്പർശിച്ച് കടന്ന് പോയി.

ഇരുമ്പ് ദണ്ഡിലമർന്ന കൈ ഒന്നു കൂടി മുറുകി. അബ്ദുട്ടി തന്റെ ഇരുമ്പ് വടി കൊണ്ട് ആദ്യ പ്രഹരം നടത്തി. സ്വയരക്ഷയുടെ അന്തർലീനമായ അജ്ഞാതവാസനയുടെ കാരുണ്യത്താൽ എലി മിന്നൽ വേഗതയിൽ ഒഴിഞ്ഞ് മാറി. ആയുസ്സിൽ ബാക്കി നിൽക്കുന്ന സമയത്തിന് വേണ്ടി എലി മുന്നോട്ട് നീങ്ങി. വെളിച്ചത്തിന്റെ അമ്പരപ്പിക്കുന്ന തീവ്ര പ്രകാശത്തിൽ എലി കണ്ണുകൾ ഉയർത്തി. അടിക്കാൻ ഉയർത്തിയ ഇരുമ്പ് വടി ഒരു നിമിഷം വായുവിൽ ചലനം നഷ്ടപ്പെട്ടു. പകൽ വെളിച്ചത്തിന്റെ വ്യക്തതയിൽ അന്ന് ആദ്യമായ് അബ്ദുട്ടി ആ ജീവിയെ കണ്ടു. സൂക്ഷമമായ കാഴ്ച! പാരമ്പര്യത്തിന്റെ അനന്തമായ വാത്സല്യത്തിന്റെ നോവിൽ അബ്ദുട്ടി രണ്ടാമതും ഇരുമ്പ് വടി പ്രയോഗിച്ചു. ഭാഗ്യ നിർഭാഗ്യങ്ങളുടെ ചൂതുപലകയിലെ വിജയിയെ പോലെ എലി വീണ്ടും രക്ഷപ്പെട്ടു. സുന്ദരനായ ആകാര വടിവുള്ള ഓമനത്വമുള്ള എലി അബ്ദുട്ടിയെ നോക്കി. അതിന്റെ ഭംഗിയിൽ ആകൃഷ്ടനായ അബ്ദുട്ടി അൽപം നേരം ഇമയനക്കാതെ നോക്കി.

നഷ്ടബോധത്തിന്റെ ഉൾവിളിയിൽ അബ്ദുട്ടി കർമ്മ നിരതനായി. ഇരുമ്പ് വടി നിരന്തരം ഉയർന്നു താണു. ബോക്സിങ്ങ് റിങ്ങിലെ എതിരാളിയെ പോലെ ഓരോ അടിയിൽ നിന്നും എലി രക്ഷപ്പെട്ട് കൊണ്ടിരുന്നു.

അബ്ദുട്ടി വിയർപ്പിൽ മുങ്ങി. കിതപ്പിന്റെ അവസാനം മുഴുവൻ ദേഷ്യവും പകയും കയ്യിലാവാഹിച്ച് അബ്ദുട്ടി ഇരുമ്പ് വടി പ്രയോഗിച്ചു. ഭീതിതമായ ഒരു ശബ്ദത്തോടെ എലി നിലത്ത് വീണു. ഒന്ന് പിടഞ്ഞതിന് ശേഷം വായിൽ നിന്നും ചോര കിനിഞ്ഞ് മലർന്നു കിടന്ന് വിറച്ചു. തുറന്ന കണ്ണിൽദ നിന്നും കണ്ണീർ ഒലിച്ചിറങ്ങി. തന്നെ പ്രഹരിച്ച മനുഷ്യനെ അത് നോക്കി.

ആ നോട്ടത്തിന്റെ ദയനീയത താങ്ങാൻ അബ്ദുട്ടിക്ക് കഴിഞ്ഞില്ല. അബ്ദുട്ടി ഒരു നിമിഷം മരവിച്ച പോയി. കണ്ണുകളിൽ ഇരുട്ട് നിറഞ്ഞു. താങ്ങാനാവാത്ത വേദനയോടെ അബ്ദുട്ടി ആ ജീവനെ നോക്കി. അതിന്റെ കൃഷ്ണമണികൾ ദ്രുതഗതിയിൽ ചലിച്ചു. ദയനീയതയും വേദനയും കലർന്ന ഭാവ വൈവിധ്യത്തോടെ ആ ജീവി ഒന്ന് വിറച്ചു. ആ കണ്ണുകൾ അബ്ദുട്ടിയുമായി സംവാദിച്ചു. ജീവിയിൽ നിന്നും ജീവൻ പറിഞ്ഞു പോകുന്ന അസാധാരണ കാഴ്ചയിൽ അയാൾ സ്തംഭിച്ചു. വായിൽ

നിറഞ്ഞ തുപ്പൽ എന്ത് ചെയ്യണമെന്നറിയാതെ അബൂട്ടി വാതിൽ തുറന്ന് പുറത്തേക്ക് ഓടി. ഓടുമ്പോൾ പുറകിൽ തിരുമേനിയുടെ ശബ്ദം അയാൾ കേട്ടു. കാഴ്ചയും കേൾവിയും മരവിച്ച് തുപ്പാൻ മറന്ന് അയാൾ തെങ്ങിൻ തോപ്പിലൂടെ ഓടി.

കനത്ത കിതപ്പിനൊടുവിൽ വലിയ ശബ്ദത്തോടെ അബൂട്ടി ഛർദിച്ചു. രാവിലെ കഴിച്ച ഭക്ഷണത്തിന്റെ മിശ്രിത ലായിനി പുറത്തേക്കൊഴുകി. കുനിഞ്ഞ് മുട്ടുകാലിൽ കൈകൾ കുത്തിയുള്ള നിൽപ്പിൽ സ്വന്തം ഛർദ്ദിലിന്റെ പുളിച്ച ഗന്ധം അബൂട്ടിയിൽ അസഹ്യത സൃഷ്ടിച്ചു. ഒലിച്ച മൂക്കും നിറഞ്ഞ കണ്ണും തുടച്ച് കൊണ്ട് അബൂട്ടി എഴന്നേറ്റു. നിവർന്ന് നിന്ന് ദീർഘശ്വാസം ചെയ്ത അബൂട്ടിയുടെ ബോധമണ്ഡലത്തിൽ കണ്ണീരൊലിക്കുന്ന രണ്ടു കണ്ണുകൾ തെളിഞ്ഞു. അവയിലെ യാചനയുടെ അഗ്നിയിൽ അയാൾ നീറി. വീണ്ടും മനംപുരട്ടി ശബ്ദമുഖരിതമായ ഛർദ്ദിയുടെ ആലസ്യത്തിൽ അബൂട്ടി നിലത്തിരുന്നു. തളർച്ചയോടെ അബൂട്ടിയുടെ കണ്ണുകൾ അടഞ്ഞു.

ഗുഹാമുഖത്ത് നിന്നും വിളിക്കുന്ന പോലുള്ള ശബ്ദം കേട്ട് അബൂട്ടി കണ്ണുകൾ തുറന്നു. നീരാവി ഉയർന്നു പൊങ്ങുന്ന ചുക്കുകാപ്പിയുടെ ഗ്ലാസാണ് അയാൾ കണ്ടത്. തപിച്ച കൈ നീട്ടി അയാൾ ഗ്ലാസിൽ സ്പർശിച്ചു. പൊടുന്നനെ കനത്ത ശബ്ദത്തിൽ ഉച്ചഭാഷിണി മുഴങ്ങി.

'അൽ ഫാത്വിഹ.....'

അബൂട്ടി ഞെട്ടലോടെ ഗ്ലാസിൽ നിന്നും പിടി വിട്ടു. ഗ്ലാസ് നിലത്ത് വീണ് ചിന്നി ചിതറി.

പള്ളിയിൽ മൗലീദ് തുടങ്ങുകയായിരുന്നു. ഉച്ചഭാഷിണിയിലൂടെ പ്രകമ്പനമായ മൗലീദിന്റെ വരികൾക്കിടയിൽ അബൂട്ടിയുടെ ഉറക്കം നഷ്ടപ്പെട്ടു.

ദിനരാത്രങ്ങൾ കലങ്ങി മറിഞ്ഞു. അബൂട്ടിയുടെ ചുറ്റും ഉച്ചഭാഷിണികൾ നൃത്തം ചെയ്തു. ക്ഷേത്രത്തിൽ നിന്നും ചർച്ചിൽ നിന്നും ഉയരുന്ന ഉച്ചഭാഷിണിയുടെ അസഹ്യതയിൽ അബൂട്ടി ഉരുകി. ദൈവത്തിന്റെ ചെവിയിലേക്ക് അടിച്ചു കയറ്റുന്ന പ്രാർത്ഥനാ വചനങ്ങളിൽ മുങ്ങി താൻ മരിച്ചു പോകും എന്ന് അബൂട്ടി കരുതി. എത്ര ദിവസങ്ങളായി താനൊന്നുറങ്ങീട്ട്. പള്ളിയിലോ അമ്പലത്തിലൊ ചർച്ചിലൊ എവിടെയെങ്കിലും ഉച്ചഭാഷിണി ശബ്ദിച്ചു കൊണ്ടേയിരിക്കും. അതിന്റെ തീവ്രതയിൽ അബൂട്ടി പുലമ്പി...

രാത്രിയുടെ ഇരുട്ടിൽ പള്ളിയ്ക്ക് മുന്നിലെ ആൽമരത്തിന് താഴെ അബൂട്ടി കാത്തിരുന്നു. ഉച്ചഭാഷിണിയിലൂടെ രാത്രിയുടെ അന്ത്യയാമത്തിലും

വിശ്രമമില്ലാതെ പ്രാർത്ഥനകൾ ഉയർന്നു പുതിയ പുതിയ വിന്യാസ ങ്ങളിലൂടെ പ്രാർത്ഥനകൾ പുരോഗമിച്ച് കൊണ്ടിരുന്നു.

ആൽമരത്തെ കാറ്റ് വലയം ചെയ്യുമ്പോൾ ഉണങ്ങിയ ഇലകൾ താഴേക്ക് പതിക്കുന്നത് ഇരുട്ടിലും കാണാൻ കഴിയുന്നു എന്ന അത്ഭുതം അബ്ദുട്ടി തിരിച്ചറിഞ്ഞു.

എന്തിനാണ് ഈ മൈക്കുകൾ ഇങ്ങനെ ഉപയോഗിക്കുന്നത് ? അബ്ദുട്ടി ആലോചിച്ചു. ദൈവവും മനുഷ്യനും തമ്മിൽ അകലം കൂടിയത് കൊണ്ടാകുമോ ? പ്രാർത്ഥന ദൈവവും സൃഷ്ടിയും തമ്മിലുള്ള ഏറ്റവും മഹത്തായ അവർക്കിടയിൽ നടക്കേണ്ട ഒന്നല്ലേ...? എന്നിട്ടും....?

ഒടുവിൽ ഉസ്താദ് പുറത്ത് വന്നപ്പോൾ അബ്ദുട്ടി ഉറക്കം പൂളിച്ച കണ്ണുക ളോടെ കാര്യം പറഞ്ഞു. പക്ഷേ വലിയ തിരുമേനിയേ പോലെ ഡേവിഡ് അച്ചനെ പോലെ ഉസ്താദും നിസ്സഹായനായിരുന്നു. ഒന്നും ചെയ്യാൻ കഴിയാത്ത ഉസ്താദ് അബ്ദുട്ടിയുടെ തലയിൽ കൈ വെച്ചു മന്ത്രിച്ചു.

ദിവസങ്ങൾ കടന്നു പോയി. പതിവ് പോലെ മനസ്സുൽ നിന്നും അബ്ദുട്ടിയെ തേടി ദൂതൻ എത്തിയപ്പോൾ അബ്ദുട്ടി ഉണ്ടായിരുന്നില്ല. അന്വേഷണത്തിൽ അബ്ദുട്ടിയെ കണ്ടവർ ആരും ഉണ്ടായിരുന്നില്ല.

ഉച്ചഭാഷിണിയ്ക്കും ദൈവത്തിനും ഇടയിൽ അബ്ദുട്ടി ഞെരിഞ്ഞമർന്നു.

അപ്പോഴും ദൈവത്തിന് വേണ്ടി ഉച്ചഭാഷിണികൾ ശബ്ദിച്ചുകൊ ണ്ടിരുന്നു.

പ്രളയത്തിനൊടുവിൽ സൂര്യൻ കത്യജ്വലിച്ച പകലിൽ ജീവന്റെ മഹത്വം തിരിച്ചറിഞ്ഞ മധ്യാഹ്നത്തിന് ശേഷം വെളിപാടുകളില്ലാതെ അബ്ദുട്ടി ഉച്ചഭാഷിണിയില്ലാത്ത ലോകത്തേക്ക് യാത്ര തിരിച്ചു. അവിടെ ശബ്ദമുഖരിതമായ നിശ്ശബ്ദതയിൽ അബ്ദുട്ടി...

പുകവലിയുടെ മഹത്തായ മുപ്പത്തഞ്ചാം വർഷം

ഒരു കയ്യിൽ കുന്തവും മറുകയ്യിൽ മതഗ്രന്ഥവും പേറി അവർ മനുഷ്യത്വത്തെ കുറിച്ചാണ് സംസാരിച്ചത്, മാത്രമല്ല അവരുടെ ബുദ്ധിയ്ക്കും യുക്തിക്കും പടച്ചെടുക്കാൻ കഴിയുന്ന ഒരു ദൈവമാണ് അവർക്കെല്ലാം ഉള്ളത്. കാക്ക ഒരിക്കലും കുരുവിക്കൂട് നിർമ്മിക്കുന്നില്ല. അതിനപ്പുറം...'

റോഡിന്റെ അങ്ങേ അറ്റത്ത് നിന്നും പ്രഭാഷണം ഒഴുകി വന്നു. കടുപ്പം കൂടിയ ഒരു കട്ടൻ ചായയും നുണഞ്ഞ് ആ തട്ടു കടയുടെ ബെഞ്ചിൽ ഇനിയും കറങ്ങി തീരേണ്ട ആയുസിലെ വിലപ്പെട്ട ഒന്നര മണിക്കൂറിനെ കുറിച്ച് വ്യാകുലപ്പെടാതെ ഇടയ്ക്ക് ആശുപത്രിയുടെ ഗേറ്റിലേക്ക് കണ്ണയക്കുകയും ചെയ്ത് കൊണ്ടിരിക്കേ അലസമായ ദിനങ്ങളുടെ സുഖലോലുപത ആസ്വദിക്കുകയായിരുന്നു. അതിനിടയ്ക്ക് ചെവിയിലേക്ക് അതിക്രമിച്ചു കയറുന്ന ആ പ്രസംഗം അലോസരപ്പെടുത്തുന്നു എന്ന് മാത്രം.

അടുത്ത ഒരു കട്ടൻ ചായ കൂടി മുന്നിൽ ശബ്ദത്തോടെ വെച്ചപ്പോൾ ഒന്ന് ഞെട്ടി അയാളെ നോക്കി.

അയാൾ ചിരിയോടെ ചോദിച്ചു: "എന്താ സാറെ ഇത്ര പേടിയാണൊ?

അതിനു മറുപടി പറയാതെ വെറുതെ ചിരിച്ചു. പക്ഷേ അപ്പോൾ മറുപടി തലച്ചോറിൽ കിടന്ന് വിങ്ങി: "പേടിക്കണം സുഹൃത്തേ പേടിക്കണം. നമുക്ക് തലക്ക് മുകളിൽ ഒരു കത്തി തൂങ്ങി നിൽക്കുന്നത് എപ്പോൾ വേണമെങ്കിലും തലയിൽ തറച്ചേക്കാം."

ആദ്യ കട്ടൻ ചായയുടെ രുചി രണ്ടാമത് ലഭിച്ചതിന് ഉണ്ടായിരുന്നില്ല. പലപ്പോഴും അങ്ങിനെ തന്നെയാണ് സംഭവിക്കാറ്.

“ഡാ നീ എത്തിയോ...?’’

പരിചിതമായ ശബ്ദത്തിനു നേരെ തല ഉയർത്തി. ജയചന്ദ്രനായിരുന്നു. ജയചന്ദ്രനാണ് തന്നെ ഇങ്ങോട്ട് വിളിച്ചത്. അവൻ ഈ ആശുപത്രിയിലാണ് ജോലി ചെയ്യുന്നത്.

“പ്രത്യേകിച്ച് പണി ഒന്നും ഇല്ലല്ലോ ഞാൻ നേരത്തെ പോന്നു. പിന്നെ നിന്റെ ഡ്യൂട്ടി കഴിയാൻ സമയമുണ്ടല്ലോ എന്ന് കരുതി ഇവിടെ കൂടി.’’ ഞാൻ പറഞ്ഞു.

“ഇവിടെ എത്തിയപ്പോൾ എന്നെ ഒന്ന് വിളിക്കായിരുന്നില്ലേ?’’

“അതിന് കയ്യിൽ ഫോണില്ല’’.

“ഇല്ല....’’

“എനിക്ക് മനസ്സിലായില്ല...’’ അവൻ കൗതുകം മറച്ചുവെക്കാതെ പറഞ്ഞു.

“ഇപ്പോൾ ഫോൺ ഉപയോഗിക്കുന്നില്ല’’.

“ജോലി രാജിവെച്ചതിനൊപ്പം എല്ലാം കളഞ്ഞോ?’’

“മാധ്യമ പ്രവർത്തനത്തിന്റെ ഭാരം തലയിൽ നിന്ന് ഇറക്കി ഒപ്പം സെൽ ഫോൺ ഇന്റർനെറ്റ് സോഷ്യൽ മീഡിയ എല്ലാത്തിൽ നിന്നും ഒരു മോചനം തൊണ്ണൂറുകളിലേക്ക് ഒരു തിരിച്ച് പോക്ക്’’.

“ഊം കൊള്ളാം, അതും ഒരു കണക്കിന് നല്ലതാണ്’’ ജയചന്ദ്രൻ പറഞ്ഞു.’’ ഞാനെന്തിനാണ് വരാൻ പറഞ്ഞതെന്നറിയുമൊ?’’

കട്ടൻ ചായയുടെ കയ്പ്പ് നുണഞ്ഞ് അലസ ഭാവത്തോടെ ഞാൻ ഇല്ലെന്ന് തലയാട്ടി.

“ഊം....’’ ജയചന്ദ്രൻ ദീർഘമായൊന്നു മൂളി. പിന്നെ തുടർന്നു: “അല്ല നിനക്ക് എന്ത് പറ്റി ഒരു മരവിച്ച അവസ്ഥ ?’’

“ഓ, അങ്ങിനെ ഒന്നും ഇല്ല’’. ഞാൻ പറഞ്ഞു.

“ഇവിടെ ആശുപത്രിയിൽ കരുണേട്ടൻ ഉണ്ട്. അതാ നിന്നോട് വരാൻ പറഞ്ഞത്. “ജയചന്ദ്രൻ പറഞ്ഞു.

കരുണേട്ടൻ ആ പേരിനൊപ്പം ഗോൾഡ് ഫ്ലാക്ക് കിങ്ങ് സിഗരറ്റിന്റെ രാജകീയ ഗന്ധവും ഓർമ്മയിൽ കടന്നു വരുന്നു. രണ്ട് വിരലുകൾക്കിടയിൽ എരിയുന്ന കിങ്ങ് സിഗരറ്റില്ലാത്ത കരുണേട്ടനെ എനിക്കോർമ്മയില്ല. ആവശ്യത്തിൽ കൂടുതൽ സമ്പത്ത് അത് പോലെ തന്നെ ആവശ്യത്തിൽ കൂടുതൽ അറിവ്. ഒന്നിനും കീഴ്പ്പെടാതെ തല ഉയർത്തി താടിയിലൂടെ വിരലുകളോടിച്ച് തറവാടിന്റെ പൂമുഖത്ത്

ചാരുകസേരയിലങ്ങനെ ഇരിക്കും. ചുറ്റും ലോക ക്ലാസിക് പുസ്തകങ്ങളുടെ ഭാണ്ഡങ്ങളും. രണ്ട് വർഷം മുമ്പാണ് അവസാനമായി കണ്ടത്. ഒരു വാർ അസൈമെന്റുമായി അഫ്ഗാനിലേക്ക് യാത്ര തിരിക്കുന്നതിന്റെ തലേ ദിവസം കരുണേട്ടൻ വിളിച്ചു: "ഡാ മിസ്റ്റർ ഛായാഗ്രഹകൻ എവിടെയാ ഉള്ളത്?"

"ഞാൻ വീട്ടിലുണ്ട് കരുണേട്ടാ"

"എന്നാ ഇങ്ങ് വാ...."

പിന്നെ ഒന്നും പറഞ്ഞില്ല. പാക്കിങ്ങ് പിന്നെയാകട്ടെ എന്ന് കരുതി നേരെ കരുണേട്ടന്റെ അടുത്തേക്ക്. അവിടെ കുളപ്പടവിൽ എല്ലാവരും ഉണ്ടായിരുന്നു. എന്നെ കണ്ടതും കരുണേട്ടൻ വിരലുകൾക്കിടയിൽ നിന്നും എരിയുന്ന സിഗരറ്റ് ചുണ്ടിൽ വെച്ച് മനോഹരമായി ചിരിച്ചു. പുകവലിയുടെ കലാമൂല്യം തിരിച്ചറിഞ്ഞ മനുഷ്യൻ.

നീ തിരക്കിലായിരുന്നോ....? കരുണേട്ടൻ ചോദിച്ചു.

"അത് കുഴപ്പമില്ല".

"നീ നാളെയല്ലേ പോകുന്നത്?" ജയചന്ദ്രനാണ് ചോദിച്ചത്

"അതെ..."

കരുണേട്ടൻ: "ഇപ്രാവശ്യം എങ്ങോട്ടാ....?"

"അഫ്ഗാൻ...."

"നീയെങ്കിലും സത്യസന്ധത പാലിക്കണം..."

വല്ലാത്ത ഒരു വികാര തീവ്രതയോടെയാണ് കരുണേട്ടൻ അത് പറഞ്ഞത്.

"ആയുധ കച്ചവടക്കാരുടെ ആവശ്യമാണ് യുദ്ധങ്ങൾ" കരുണേട്ടൻ പറഞ്ഞു: "ലോകത്തെ മുഴുവൻ മനുഷ്യരെയും ചേർത്ത് നിറുത്തി ചോദിച്ചു നോക്കൂ നിങ്ങൾക്ക് യുദ്ധം ആവശ്യമുണ്ടോ എന്ന്. ഇല്ല എന്നതായിരിക്കും ഉത്തരം".

എരിഞ്ഞടങ്ങിയ സിഗരറ്റ് വലിച്ചെറിഞ്ഞ് അടുത്തതിന് തീ കൊളുത്തി കരുണേട്ടൻ. ഞാൻ ഒന്നും പറയാതെ ജയചന്ദ്രനടുത്തിരുന്നു. അബു എന്റെ അടുത്തേക്ക് കപ്പ പുഴുങ്ങിയത് നീക്കിവെച്ചു. കാന്താരിയുടെ ചമ്മന്തിയും ഫ്ലാസ്ക്കിൽ നിന്നും കട്ടൻ ചായയും ഒരു കഷ്ണം കപ്പ എടുത്ത് ചമ്മന്തിയിൽ മുക്കി വായിലിട്ടു. അതിന്റെ എരിവ് ആസ്വദിക്കുമ്പോൾ കരുണേട്ടൻ പറഞ്ഞു:"ഡാ ഇന്നത്തെ ദിവസത്തിന് ഒരു പ്രത്യേകതയുണ്ട്. ഞാൻ പുകവലി തുടങ്ങീട്ട് നീണ്ട മുപ്പത്തഞ്ച് കൊല്ലമായി."

“പുകവലിയുടെ മഹത്തായ മുപ്പത്തഞ്ചാം വർഷം’’ ജയചന്ദ്രൻ പറഞ്ഞു.

ചിരിച്ച് കൊണ്ട് കരുണേട്ടൻ പറഞ്ഞു: “ഡാ ജയാ നീ പുകവലിയെ പ്രോത്സാഹിപ്പിക്കാൻ പാടില്ല. നീയ്യൊരു വൈദ്യനാണ്’’.

കാന്താരിയുടെ എരിവിന്റെ ആത്മനിർവൃതിയിലായിരുന്നു ഞാൻ.

“ചെറുപ്പത്തിൽ തറവാടിന്റെ പൂമുഖത്ത് അച്ഛനെ കാണാൻ വരുന്നവർ സിഗരറ്റ് വലിക്കുന്നത് കാണുമ്പോൾ വല്ലാത്ത കൗതുകമായിരുന്നു. അവർ വലിച്ചെറിഞ്ഞ സിഗരറ്റ് കുറ്റികൾ പെറുക്കി വലിച്ചതാണ് തുടക്കം. പിന്നെ കൂട്ടുകാരന്റെ കുഞ്ഞിപ്പ മലേഷ്യയിൽ നിന്നും കൊണ്ട് വന്ന ഡൻഹിൽ സിഗരറ്റ് അവൻ അടിച്ചുമാറ്റി കൊണ്ട് വന്നു. പാടത്തെ പറങ്കിമാവിന്റെ ചുവട്ടിലിരുന്നാണ് വലിച്ചത്. കൂടെ മനോജും നൗഷാദും കുറേ അധികം പാക്കറ്റ് ഉണ്ടായിരുന്നു. അവിടെ നിന്നാണ് തുടക്കം’’ കരുണേട്ടൻ തുടർന്നു: “അന്ന് എട്ടാം ക്ലാസിലാണ്. പിന്നീട് കോളേജിൽ നിന്നാണ് ചൈൻസ് മോക്കിങ്ങിന്റെ ഉത്ഭവം.’’

“ഡാ...’’ജയചന്ദ്രൻ ഉച്ചത്തിൽ വിളിച്ചു.

ഞാൻ ഞെട്ടി.

“കരുണേട്ടനൊ? കരുണേട്ടനെന്ത് പറ്റി...?’’

അൽപസമയം അവൻ ഒന്നും പറഞ്ഞില്ല. ശേഷം ദീർഘനിശ്വാസമെടുത്ത് പറഞ്ഞു: “കാര്യങ്ങൾ ഇത്തിരി കുഴപ്പമാണ്. ഒരു തിരിച്ച് വരവ് സാധ്യമാകാത്ത വിധം സങ്കീർണ്ണമാണ്’’.

“എന്ന് വെച്ചാൽ.....?’’

“എപ്പോൾ വേണമെങ്കിലും മരണം സംഭവിക്കാ. അതീവ ഗുരുതരമാണ്. ലെൻസും ശ്വാസകോശമെല്ലാം....’’

“വേണ്ട, മതി...’’ ബാക്കി കേൾക്കാൻ എനിക്ക് ആഗ്രഹമില്ലായിരുന്നു.

“നിനക്ക് കാണണ്ടെ....’’

“വേണ്ട...’’

“യുദ്ധമുഖത്തെ ഒരു ഫോട്ടോ ജേർണലിസ്റ്റാണോ ഈ പറയുന്നത് ജയചന്ദ്രനത്ഭുതം

“നമ്മൾ ഹൃദയം കൊണ്ട് ചേർത്ത് നിറുത്തിയവരുടെ ദൈന്യത അത് കാണാൻ കഴിയില്ല’’.

“ഒരു പ്രാവശ്യമെങ്കിലും നിനക്ക് കാണണം എന്ന് തോന്നുന്നില്ലേ’’?

പിന്നെ ഒന്നും പറഞ്ഞില്ല അവന്റെ പുറകെ ഞാൻ നടന്നു. ആറ് മാസം മുമ്പ് കരുണേട്ടൻ എന്നെ വിളിച്ചിരുന്നു. അന്ന് ധാരാളം സംസാരിച്ചു. അന്ന് പറഞ്ഞത് ഇപ്പോളും ഓർമ്മയുണ്ട്. എന്റെ ചോരയിൽ ഒരു കുഞ്ഞില്ലാത്തതിന്റെ വേദന എന്നെ വല്ലാതെ കാർന്നു തിന്നുന്നു. ഒരു പിതാവിന്റെ വാത്സല്യത്താൽ എന്റെ ഹൃദയം വിങ്ങുകയാണ്. പക്ഷെ അത് പകർന്നു നൽകാൻ...പിന്നീട് കനത്ത നിശ്ശബ്ദതയായിരുന്നു.

"കരുണേട്ടാ..."എന്റെ വിളി ആർദ്രമായിരുന്നു.

"ജനിച്ച് വീണ കുഞ്ഞ് കണ്ണ് തുറന്ന് നോക്കുന്നത് പോലെ കണ്ണേട്ടൻ കണ്ണ് തുറന്ന് നോക്കി. എന്നെ കണ്ടപ്പോൾ ആ കണ്ണുകൾ തിളങ്ങി. ഓക്സിജൻ മാസ്കിനകത്ത് ചുണ്ടുകൾ ചലിച്ചു. ഞാൻ ജയചന്ദ്രനെ നോക്കി. അതിന്റെ അർത്ഥം ഗ്രഹിച്ച അവൻ മാസ്ക്ക് നീക്കി തന്നു. കണ്ണേട്ടൻ എന്നെ അടുത്തേക്ക് വിളിച്ചു. ഞാനെന്റെ ചെവി കരുണേട്ടന്റെ ചുണ്ടുകൾക്കടുത്തേക്ക് നീക്കി.

"ഒരിക്കൽ നാം നമ്മുടെ മൗഢ്യം തിരിച്ചറിയും. അപ്പോഴേക്കും പിന്തിരിയാൻ കഴിയാത്ര അത്ര ദൂരം പിന്നിട്ടിരിക്കും. അ..." ശ്വാസം കിട്ടാതെ കണ്ണേട്ടന്റെ കണ്ണുകൾ തള്ളി ഒന്ന് പിടഞ്ഞു. ജയചന്ദ്രൻ വേഗം ഓക്സിജൻ മാസ്ക്ക് വെച്ചു കൊടുത്തു. തുടർന്ന് ഒരു ഇഞ്ചക്ഷനും നൽകി കരുണേട്ടൻ പതുക്കെ കണ്ണുകളടച്ചു.

വിസ്മയകരമായ ഒരു ജീവിതം നയിച്ച ഒരു മനുഷ്യനാണത്. അൽപം പ്രാണവായുവിന് പിടഞ്ഞത്. ദുഃഖത്തിന്റെ കനത്ത വേദനയിൽ ഞാൻ പുറത്തേക്ക് നടന്നു.

പുറത്ത് ചായക്കടയിൽ കട്ടൻ ചായക്ക് മുന്നിലിരിക്കുമ്പോൾ ജയചന്ദ്രൻ വന്നു.

"നിന്നോട് കരുണേട്ടന് ചിലത് പറയാനുണ്ടായിരുന്നു. അത് ഇനി കഴിയും എന്ന് തോന്നുന്നില്ല. പുകവലിയുടെ ഒരു ദുരന്തം. നിരന്തരം വലിച്ചു വലിച്ചു ലങ്സും ശ്വാസകോശവും..."

ൃഞാൻ കൈ ഉയർത്തി അവനെ തടഞ്ഞു. ഒറ്റ വലിക്ക് കട്ടൻ തീർത്ത് എഴുന്നേറ്റു: "ഞാൻ പോകുന്നു. ഇനി ഇവിടെ സംഭവിക്കുന്നതൊന്നും എന്നെ അറിയിക്കരുത്" ഞാൻ പുറത്തേക്ക് നടന്നു. മോളെ കാണാനുള്ള അടക്കാനാവാത്ത ത്വരയോടെ ഞാൻ വിട്ടുവീഴ്ചകൾക്ക് തയ്യാറായ മനസ്സുമായി ലക്ഷ്യത്തിലേക്ക് യാത്ര തിരിച്ചു.

നഗരം പിന്നിട്ട് സായാഹ്നത്തിലൂടെ ഗ്രാമത്തിന്റെ കുളിരിലേക്ക് വണ്ടി പ്രവേശിച്ചു. ഇപ്പോൾ മനസ്സ് ഒരു അപ്പൂപ്പൻ താടി പോലെയാണ്. കനമില്ലാതെ അന്തരീക്ഷത്തിൽ ആടി ഉലഞ്ഞ് മുകളിലേക്ക്... മുകളിലേക്ക്...

ജല രതി

മഹാ മൗനത്തിന്റെ ചിതൽ പുറ്റിനകത്ത് തുരുമ്പിച്ച ഒച്ചയെ ഉണർത്താൻ ഭയപ്പെട്ട അവരിൽ ഞാനും ഉണ്ടായിരുന്നു. വെള്ളി ഫലകം പോലെ തപിച്ച ആകാശത്തിന് താഴെ ഞങ്ങൾ കാത്തിരിക്കുകയാണ്. വിളർത്ത് വീർത്ത കണ്ണുകളിൽ നിദ്രയുടെ കറുപ്പലിഞ്ഞ് ചേർന്നതിനും അപ്പുറം അത് ദാഹാർത്തമായിരുന്നു. നെഞ്ചോട് ചേർത്ത് പിടിച്ച കന്നാസിൽ തല പതുക്കെ അമർത്തി അടയാൻ വെമ്പുന്ന കണ്ണുകൾ ഉയർത്തി മരുഭൂമിക്കണെക്കെ ശൂന്യമായ ഭൂമികയുടെ അറ്റത്തേക്ക് നോക്കി. അവിടെ ഭ്രമിപ്പിക്കുന്ന മരീചികയുടെ കാഴ്ച മാത്രം, ഒരു പക്ഷേ എന്റെ കണ്ണുകൾ പോലെ നിരവധി ക്ഷീണം ബാധിച്ച കണ്ണുകൾ പ്രതീക്ഷയുടെ പ്രകാശകിരണങ്ങളോടെ ദൂരെ ബിന്ദുവിൽ കണ്ണ് നട്ടിരിക്കുകയാണ്. അവിടെ നിന്നും കടന്ന് വരുന്ന ജല വണ്ടി! അതിന് വേണ്ടിയുള്ള കാത്തിരിപ്പാണ്. എനിക്ക് ചുറ്റുമുള്ളവരേക്കാൾ എന്ത് കൊണ്ടും ഞാൻ മുന്നിലാണ്. വസ്ത്രത്തിലും വിദ്യഭ്യാസത്തിലും ജോലിയിലും എല്ലാം ഞാൻ ഉന്നതകുലജാതനാണ്. എന്നിട്ടും ഞാൻ അവരിൽ ഒരാളായി വരിയിൽ വീപ്പയുമായി കാത്തിരിക്കുന്നു. സമയം നിർണ്ണയിക്കാതെ എപ്പോഴോ കടന്ന് വന്നേക്കാവുന്ന ജീവജല വണ്ടിയ്ക്ക് വേണ്ടി. ഇവിടെ എന്റെ പണം വെറും കടലാസാകുന്നതും ഞാൻ വെറും ജീവിയാകുന്നതും അറിയുകയാണ്. ഭ്രമാത്മകമായ ജ്ഞാനത്തിന്റെ ഉൾവിളി! ആഢ്യത്വത്തിന്റെ മേൽക്കുപ്പായം എപ്പോഴോ അഴിഞ്ഞു പോയിരുന്നു. ഹൃദയത്തിനു കുറുകേ ഒരു ഭാരമായി അതെന്നും ഉണ്ടായിരുന്നു. സമ്പന്നനും ദരിദ്രനും തമ്മിലുള്ള അന്തരം കറുത്തവനും വെളുത്തവനും തമ്മിലുള്ള അന്തരം അങ്ങനെ അങ്ങനെ അത് നീണ്ട് പോകുന്നു. വിഭജനങ്ങളും ഭിന്നിപ്പുകളും

അന്തരങ്ങളും കുത്തി നിറച്ച കലുഷമായ അവസ്ഥ ഇവിടെ ഇല്ല. വരണ്ട തൊണ്ടയിലേക്ക് അൽപം ദാഹജലം അത് മാത്രമാണ് ഇവിടെ ഉള്ള വരുടെ മഹാ മഹാ സ്വപ്നം.

എന്റെ ചിന്തയെ കീറി മുറിച്ച് ഒരു കുഞ്ഞ് കരഞ്ഞു. ദുർബലമായ ശബ്ദ ത്തിൽ തേങ്ങിക്കരയുന്ന കുഞ്ഞിനെ ഞാൻ നോക്കി. വെയിൽ മറക്കാൻ നിറം മങ്ങി പിഞ്ഞി തുടങ്ങിയ സാരി തലപ്പ് കുഞ്ഞിനു മുകളിൽ പിടിച്ച് മാംസത്തേക്കാൾ കൂടുതൽ എല്ല് പ്രകടമാകുന്ന ശരീരമുള്ള സ്ത്രീ ഒട്ടിത്തൂ ങ്ങിയ മാറിടത്തിന്റെ വരണ്ട ഞെട്ട് കുഞ്ഞിന്റെ ചുണ്ടുകൾക്കിടയിൽ തിരുകി. അവ്യക്തമായ ഏതോ താരാട്ടിന്റെ ഈണം കാതുകളിൽ കുളിരായി കടന്ന് വന്നു.

അതെ താരാട്ട്... അമ്മയ്ക്ക് മാത്രം നൽകാൻ കഴിയുന്ന; അമൃത കുംഭ ത്തിന്റെ കൂടെ അമ്മ നൽകുന്ന സ്നേഹത്തിന്റെ അനന്തത.

വീണ്ടും എന്റെ ക്ഷീണിച്ച കണ്ണും കാതും ആ താരാട്ടിലേക്ക് സഞ്ച രിച്ചു. ഉരുകുന്ന ഭൂമിയിലേക്ക് തെളിനീർ പതിക്കുന്ന പോലെ എനിക്ക് തോന്നി. കണ്ണുകൾ അടയുകയാണ്...

ജലസമൃതിയുടെ ഗഹനതയിൽ നീന്തിതുടിച്ച് കായലിൽ നിന്നും കയറുമ്പോൾ കണ്ണുകൾ കലങ്ങിമറഞ്ഞിരിക്കും. മണിക്കൂറുകൾ നീണ്ട ജല രതിയുടെ ആനന്ദത്തിൽ അനുഭൂതിയുടെ മായിക ലോകത്തായി രിക്കും. അവിടെ നിന്നും വീട്ടിലെത്തി ഊണ് കഴിഞ്ഞ് വീണ്ടും മറ്റൊരു ജല രതിയുടെ ആസ്വാദനത്തിലേക്ക് നീങ്ങുമ്പോൾ കൂടെ പ്രിയ കൂട്ടുകാ രുണ്ടാകും. മുകളിലാകാശവും താഴെ ഭൂമിയും മാത്രം ചിന്തിച്ച യൗവ്വന ത്തിന്റെ വസന്തങ്ങൾ. ഞങ്ങൾ കുറച്ച് ജലം ഉപയോഗിച്ച് ശീലിച്ചവരല്ല. ജലസമൃദ്ധിയുടെ വിശാലതയിൽ ജീവിച്ചവരാണ്. പുഴകളും കായലുകളും കുളങ്ങളും കിണറുകളും ഞങ്ങളുടെ ദിവസങ്ങളെ ജല സമൃദ്ധമാക്കി.

ക്ഷീണിച്ച കണ്ണുകൾ ഉയർത്തി മരീചികയ്ക്കപ്പുറത്തേക്ക് ഞാൻ നോക്കി കണ്ണഞ്ചിപ്പിക്കുന്ന പ്രകാശത്തിന്റെ തീവ്രത മാത്രം. തൊണ്ട വരണ്ട് പൊട്ടുമെന്ന അവസ്ഥയിലാണ്. എങ്ങിനേയും അൽപം വെള്ളം വേണം! പക്ഷെ എങ്ങിനെ....?

ആത്മാവിന്റെ തീവ്രമായ ആഗ്രഹത്തിനൊപ്പം നാസാരന്ധ്രത്തിലേ ക്ക് ജലഗന്ധം കടന്ന് വന്നപ്പോൾ അത്ഭുതത്തോടൊപ്പം ജലത്തിന് ഗന്ധമുണ്ടെന്നു ഞാൻ തിരിച്ചറിഞ്ഞു. ക്ഷീണിച്ച് നിദ്ര കനം തൂങ്ങിയ കണ്ണുകൾ ആസക്തിയോടെ ചുറ്റും പരതി കുറച്ചപ്പുറത്ത് ഒരു വൃദ്ധൻ കയ്യിലെ കുപ്പിയിൽ നിന്നും വായിലേക്ക് സൂക്ഷ്മം ജലം പകരുന്നു. എന്റെ ദാഹം വർദ്ധിച്ചു, അത് അസഹ്യമായി. ഞാൻ പതുക്കെ വൃദ്ധനടുത്തേക്ക്

നീങ്ങി. ആസക്തിയുടെ തിരയിളകുന്ന കണ്ണുകളോടെ ഞാൻ അയാളെ നോക്കി. നീണ്ട നഖങ്ങൾക്കിടയിൽ അഴുക്ക് നിറഞ്ഞ് നിൽക്കുന്ന കയ്യിലെ വൃത്തിഹീനമായ കുപ്പിയിൽ അൽപം കൂടി ജലമുണ്ട്. അയാൾ നരച്ച മീശയ്ക്ക് താഴെയുള്ള കറുത്ത ചുണ്ടുകൾ വിടർത്തി ചിരി പടർത്തി പതുക്കെ കുപ്പി എനിക്ക് നേരെ നീട്ടി. വലിയ റസ്റ്റോറന്റുകളിൽ നിന്നും ഏറ്റവും നല്ല ബ്രാന്റ് വെള്ളമാണ് ഞാൻ വാങ്ങി കുടിക്കാറ്. എന്നാൽ ഇവിടെ ആത്മാവുള്ള ഒരു വെറും ഉടലായ് ഞാൻ മാറി. ആ വൃത്തിഹീനമായ കൈകൾ എനിക്ക് ഒട്ടും അറപ്പുളവാക്കിയില്ല. ഞാൻ ഒരമൃത കുംഭം കണക്കേ ആ കുപ്പി വാങ്ങി അതിലെ ജലം വായിലേക്കൊഴിച്ചു. ജീവിതത്തിലെ ഏറ്റവും രുചിയുള്ളതായിരുന്നു ആ പാനീയം! അത് വായിലൂടെ വരണ്ട തൊണ്ടയിൽ നേർത്ത വേദന പകർന്ന് താഴേക്ക് നീങ്ങി. വേദനയും രുചിയും കലർന്ന നിർവൃതി അനുഭവിക്കുമ്പോൾ ഞാനൊരു ആത്മാവുള്ള വെറും ശരീരമായി. അവിടെ കൂടിയ ഓരോ ശരീരങ്ങളും ആത്മാവിനെ പിടിച്ചു നിറുത്താൻ വെമ്പൽ കൊണ്ടു.

പക്ഷേ, ജലം...ഒരിറ്റ് കുടി നീര് പോലും ശേഷിക്കാത്ത മഹാവരൾച്ചയുടെ ഉഷ്ണത്തിനകത്ത് ഞെരുങ്ങി ആത്മാവും ശരീരവും നോവിന്റെ ഭ്രമാത്മകതയിൽ മുങ്ങിതാണു. ഇനിയും കടന്ന് വന്നിട്ടില്ലാത്ത ജല വണ്ടി. അതിന്റെ വരവ് അത് നീണ്ടു നീണ്ടു പോകുന്നു.

പെട്ടെന്ന് ഒരു ശബ്ദം മുഴങ്ങി. ഞാൻ ഞെട്ടലോടെ ശബ്ദം കേട്ട ഭാഗത്തേക്ക് നോക്കി. അവിടെ പൊടി മണ്ണിൽ ഒരാൾ കിടന്ന് വിറക്കുന്നു. ശരീരം ബലം വെച്ച് വില്ല് പോലെ വളഞ്ഞ അയാളുടെ കണ്ണുകൾ തുറിച്ച് വായിൽ നിന്നും നുര ഒലിച്ചു. മുമ്പ് മാരക പരിക്ക് പറ്റി റോഡിൽ കിടക്കുന്നവരെ മറികടന്ന് എന്റെ കാറ് മുന്നോട്ട് പോകുമ്പോൾ എനിക്ക് നിർവികാര സമീപനം മാത്രമായിരുന്നു ഉണ്ടായിരുന്നത്. എന്നാൽ ഇപ്പോൾ എനിക്ക് അത് കണ്ടു നിൽക്കാനായില്ല. ഞാൻ വേഗത്തിൽ അയാളുടെ മുഖം പൊടിയിൽ നിന്നുയർത്തുകയും തുടക്കുകയും ചെയ്തു. അയാൾ ഒരു തുള്ളി ശ്വാസത്തിനായ് തല ഉയർത്തി കണ്ണുകൾ ഭയാനകമാംവിധം തുറിച്ചു. അയാൾ മുകളിലേക്ക് ഉയർന്നു. പതുക്കെ അയാൾ നിശ്ചലനായി. അയാൾ മരണത്തിന് കീഴടങ്ങി എന്ന് തിരിച്ചറിഞ്ഞ എനിക്ക് അടക്കാനാകാത്ത സങ്കടം അനുഭവപ്പെട്ടു. എന്റെ കാറിനടുത്തേക്ക് വരുമ്പോൾ ഞാൻ കരയുകയായിരുന്നു. ഈ സമയം ദൂരെ നിന്നും ജല വണ്ടിയുടെ ഹോൺ മുഴങ്ങി. നിശ്ചലവും നിർജ്ജീവവുമായ ആ ജനക്കൂട്ടം ഒരാരവത്തോടെ എഴുന്നേറ്റ് മുന്നോട്ട് നീങ്ങി. കരുത്തുള്ളവർ കരുത്തില്ലാത്തവരെ ചവിട്ടിമെതിച്ചു. പരസ്പരം ഉന്തിയും തള്ളിയും അവർ മനുഷ്യർ മുന്നോട്ട് നീങ്ങി.

ജല വണ്ടിയ്ക്ക് ചുറ്റും ഏറ്റുമുട്ടലുകളും പിടിവലികളും നടന്നു. അവിടെ അവർ മനുഷ്യർ യുദ്ധം ചെയ്തു.

പ്ലാസ്റ്റിക്ക് കവറുകളിലെ വെള്ളം അവർ ജനക്കൂട്ടത്തിലേക്ക് എറിഞ്ഞു. അത് ജനങ്ങൾക്ക് മേൽ വീണ് ചിന്നി ചിതറി ഒലിച്ചു. ദുർബലമെങ്കിലും എല്ലാം ശബ്ദമുഖരിതമായിരുന്നു. ആ ശബ്ദങ്ങൾക്കിടയിൽ വേദനയുടെ ചില ദുർബല ശബ്ദങ്ങളും കലങ്ങിയിരുന്നു.

ഹോൺ മുഴക്കി ആ ട്രക്ക് മരീചികയിൽ അലിഞ്ഞു തീർന്നു. ഇപ്പോൾ എല്ലാം ശാന്തം!

എന്റെ കണ്ണുകൾ അവിടെ നിലത്ത് നനഞ്ഞ് കുതിർന്ന് ഒരിറ്റ് ദാഹജലം ലഭിക്കാതെ ചവിട്ടിയരക്കപ്പെട്ട് ജീവൻ വെടിഞ്ഞ എല്ലും തൊലിയും മാത്രമായ ഒരു മനുഷ്യനിൽ വേദനയോടെ ഉടക്കി.

ഉടൽ നഷ്ടപ്പെട്ട ആത്മാവ് പോലെ ഞാൻ പകച്ചു നിൽക്കുകയാണ്...

നെടുമ്പാശ്ശേരി വിമാനത്താവളത്തിന് പുറത്തേക്ക് നടക്കുമ്പോൾ എന്നെ കണ്ട സുഹൃത്തിന് അമ്പരപ്പായിരുന്നു. ഒരു ലുങ്കിയും അയഞ്ഞ ഒരു കോട്ടൺ ടീ ഷർട്ടുമായിരുന്നു എന്റെ വേഷം. മാത്രമല്ല അൽപം നീണ്ട താടിയും ഞാനെന്ന വ്യക്തി തികച്ചും മാറിയിരുന്നു.

കാർ മുന്നോട്ട് നീങ്ങികൊണ്ടിരിക്കേ ഞാൻ പ്രകൃതിയെ കാണുകയായിരുന്നു. അതിനിടയ്ക്ക് എപ്പോഴോ ഞാൻ മയങ്ങിപ്പോയി. തറവാടിന്റെ മുന്നിൽ വണ്ടി നിന്നപ്പോളാണ് ഞാനുണർന്നത്. അവിടെ വിശാലമായ പൂമുഖത്ത് അമ്മ നിൽക്കുന്നു.

വണ്ടിയിൽ നിന്നും ഇറങ്ങി അമ്മയുടെ അടുത്തേക്ക് നടക്കുമ്പോൾ എന്റെ മനസ്സ് വല്ലാതെ വിങ്ങി. വർഷങ്ങൾക്ക് ശേഷം ഞാൻ അമ്മയെ കൺനിറയെ നോക്കി കണ്ടു. ഒരു പക്ഷേ ഇങ്ങനെ ദീപ്തമായി ഞാൻ എന്റെ അമ്മയെ നോക്കിയിട്ടില്ല.

അമ്മ നിറഞ്ഞ കണ്ണുകളോടെ എന്നെ ചേർത്ത് പിടിച്ചു അമ്മയുടെ മുഖം എന്റെ നെഞ്ചിലമർന്നു. അത് വല്ലാത്ത ഒരു വാത്സല്യമായിരുന്നു. പഞ്ചേന്ദ്രിയങ്ങളും അതിന്റെ അനിർവചനീയമായ ആനന്ദം അനുഭവിച്ചു.

ഞങ്ങൾക്കിടയിൽ ചോദ്യവും ഉത്തരങ്ങളും ഉണ്ടായില്ല അതിനുമപ്പുറമായിരുന്നു...

വെയിലാറി കഴിഞ്ഞപ്പോൾ തോർത്ത് മുണ്ട് തോളത്തിട്ട് അലസമായി തെളിനീരൊഴുകുന്ന കായലും ലക്ഷ്യമാക്കി ഞാൻ നടന്നു. ഇടയ്ക്ക് ഒന്ന് രണ്ട് ചെറുപ്പക്കാർ താഴ്ത്തിയ തലയുമായി കടന്ന് പോയി. അവർ എല്ലാം എനിക്ക് തികച്ചും അപരിചിതമാണ്. അങ്ങിനെ നടക്കേ

ഞാനൊരു കാര്യം തിരിച്ചറിഞ്ഞു. ഇവിടെ എന്റെ ഗ്രാമത്തിൽ ഒരൊറ്റ തുമ്പിയേ പോലും കണ്ടില്ല!

പടിക്കെട്ടുകൾ ഇറങ്ങി വല്ലാത്ത ആവേശത്തോടെ ഞാൻ കായലിലേക്ക് ഇറങ്ങി. പക്ഷെ, പക്ഷെ, അവിടെ കായൽ ഉണ്ടായിരുന്നില്ല. പകരം എനിക്ക് മുന്നിൽ തരിശ് ഭൂമി നീണ്ടു നിവർന്നു കിടക്കുന്നു.

വല്ലാത്ത ഒരു ഞെട്ടലോടെ ഞാൻ പലതും തിരിച്ചറിയുകയായിരുന്നു!

കാടിറങ്ങി കൊറോണയിലേക്ക്

പതിനെട്ട് ദിവസത്തെ കാനന ജീവിതം...ഞങ്ങൾ മൂന്ന് പേർ... അതെ കാടിന്റെ അനന്തമായ ഭാവപ്രകടനങ്ങൾ കണ്ടും അനുഭവിച്ചും ഡോക്ടർ ഹരിയും പോലീസുകാരൻ മധുവും പിന്നെ ഞാനും പതിനെട്ടാമത്തെ ദിവസവും പിന്നിട്ടു. അത് ഒരു മായിക പ്രപഞ്ചമായിരുന്നു. നിർവ്വചനങ്ങൾക്കും അപ്പുറം. പുറം ലോകമായി ഒരു ബന്ധവും ഇല്ലാതെ. ഫോണില്ല ഇന്റർനെറ്റില്ല. അങ്ങിനെ ദിവസങ്ങളിൽ നിന്ന് ദിവസങ്ങളിലേക്ക്...

പ്രഭാതത്തിൽ പതിവ് പോലെ ടെന്റിൽ നിന്നും പുറത്ത് വന്നപ്പോൾ മധു ഒരു കപ്പ് കാപ്പി തന്നു. ഡോക്ടർ കുറച്ചപ്പുറത്ത് പാറപ്പുറത്ത് യോഗയിലാണ്. ഞാൻ കാപ്പി വേഗത്തിൽ കുടിച്ച് കാമറയുമായി അരുവിക്കരയിലേക്ക് നടന്നു. അൽപം കഴിഞ്ഞപ്പോൾ ഡോക്ടർ വിളിച്ചു. ഞാൻ തിരിച്ച് നടന്നു. കാനന യാത്രയിലെ സഹായിയായി ഞങ്ങളുടെ കൂടെ ഉണ്ടാകാറുള്ള ആദിവാസി യുവാവ് ചെമ്പൻ അവിടെ എത്തിയിരുന്നു.

ഡോക്ടർ എന്റെ നേരെ തിരിഞ്ഞ് പറഞ്ഞു: 'നാട്ടിൽ ആകെ പ്രശ്നമാണെന്നാണ് ചെമ്പൻ പറയുന്നത്. നമുക്ക് ഉടനെ കാടിറങ്ങണം'.

ഞാനൊന്നും മനസ്സിലാകാതെ കാമറയുമായി നിൽക്കുന്നത് കണ്ട് ഡോക്ടർ വീണ്ടും പറഞ്ഞു: 'വേഗം....'

സത്യത്തിൽ ഡോക്ടറുടെ തിടുക്കം എന്നെ അത്ഭുതപ്പെടുത്തി. എന്താണ് കാര്യം എന്ന് ഞാൻ അന്വേഷിക്കാൻ നിന്നില്ല. വേഗത്തിൽ പാക്ക് ചെയ്യാൻ തുടങ്ങി.

ഏറെ നേരം കഴിയുന്നതിന് മുമ്പ് ചെമ്പന് പുറകെ ഞങ്ങൾ മൂന്ന് പേരും മുന്നോട്ട് നീങ്ങി. ഡോക്ടർ ഹരി ഒന്നും പറയാതെ തന്റെ ബാഗിന്റെ ഭാരം താങ്ങി ചെമ്പന്റെ കാലടികൾക്കൊപ്പം തന്നെ നടന്നു. പുറകെ ഞാനും മധുവും. അങ്ങിനെ നിശ്ശബ്ദമായി ഞങ്ങൾ മുന്നോട്ട് നീങ്ങിക്കൊണ്ടിരുന്നു. ചതുപ്പ് നിലത്തിനപ്പുറത്തെ ഉറച്ച മണ്ണിൽ കാലമരുമ്പോൾ കരിയിലകൾ നുറുങ്ങി പൊടിഞ്ഞു. മുന്നോട്ട് നീങ്ങവേ പെട്ടെന്ന് ചെമ്പൻ നിന്നു കൈകൾ ഉയർത്തി നിൽക്കാൻ പറഞ്ഞു. ഞങ്ങൾ മൂന്ന് പേരും നിന്നു. ചെമ്പൻ ധൃതിയിൽ ഞങ്ങളേയും കൊണ്ട് അപ്പുറത്തെ മരങ്ങൾക്ക് പുറകിലേക്ക് നീങ്ങി. ചുള്ളി കമ്പുകൾ ഒടിഞ്ഞു നുറുങ്ങുന്ന ശബ്ദത്തിനൊപ്പം അത് ഞാൻ കണ്ടു. ഇളകി മറിഞ്ഞ് കരിമ്പാറക്കൂട്ടം പോലെ ഒരു സംഘം ആനകൾ. അവ ഞങ്ങൾക്ക് അരികിലൂടെ മുന്നോട്ട് നീങ്ങി. കാടിന്റെ ഒരു പാട് അനുഭവങ്ങൾ ഉണ്ടായിട്ട് ഉണ്ട് പക്ഷേ ആദ്യമായാണ് ഇങ്ങനെ ഒരനുഭവം. എന്റെ ശരീരത്തിലെ രോമങ്ങൾ എഴുന്നേറ്റ് നിന്നു. ഒരു തരം ഇക്കിളിപ്പെടുത്തൽ ശരീരത്തിലൂടെ കടന്ന് പോയി. ആ ആനക്കൂട്ടം അത് വളരെ വലുതായിരുന്നു. കുട്ടികളും ആണും പെണ്ണും അടങ്ങിയവർ. പെട്ടെന്ന് ഒരു കൊമ്പൻ നിന്നു തുടർന്ന് പുറകെ വരുന്നവരും നിന്നു. കൊമ്പൻ തുമ്പിക്കൈ പൊക്കി ചെവി ഇളക്കാതെ ഞങ്ങൾ നിൽക്കുന്ന ഭാഗത്തേക്ക് ഒന്ന് തിരിഞ്ഞു. എല്ലാവരുടേയും മുഖത്ത് ഭയം ഇരച്ച് കയറുന്നത് ഞാൻ കണ്ടു. പക്ഷേ, പിന്നീട് അവ മുന്നോട്ട് തന്നെ നീങ്ങി. ആനക്കൂട്ടം മറഞ്ഞപ്പോൾ ചെമ്പൻ ഒന്ന് ദീർഘശ്വാസം എടുത്തു. പിന്നെ മരത്തിന്റെ മറവിൽ നിന്നും പുറത്തിറങ്ങി. കൂടെ ഞങ്ങളും. ഈ പ്രദേശത്തെ ഏറ്റവും അപകടകാരിയായ കൊമ്പന്റെ നേതൃത്വത്തിലായിരുന്നു ആ സംഘം നീങ്ങിയിരുന്നതത്രെ. അത് പറയുമ്പോൾ തന്റെ കൈവെള്ള പോലെ കാടറിയുന്ന ചെമ്പൻ പോലും പേടി കൊണ്ട് വിറച്ചു. എന്ത് പ്രതിസന്ധി ആയാലും എനിക്ക് വേണ്ടത് ഞാൻ ക്ലിക്ക് ചെയ്ത് എടുക്കാറുണ്ട്. ഇപ്രാവശ്യം ആ മനോഹര ദൃശ്യം പകർത്താൻ ഞാൻ നിന്നില്ല. എന്തോ ഒരു ആപത് ശങ്ക എന്നെ പിടികൂടിയിരുന്നു. വീണ്ടും ഞങ്ങൾ മുന്നോട്ട് നീങ്ങി.

സമതലങ്ങൽ പിന്നിട്ട് പാറ കെട്ടുകൾ നിറഞ്ഞ ഒരു പ്രദേശത്ത് കൂടിയായിരുന്നു ഇപ്പോൾ ഞങ്ങൾ നീങ്ങി കൊണ്ടിരുന്നത്. അത് കൊണ്ട് തന്നെ വളരെ സാവധാനമെ മുന്നോട്ട് പോക്ക് സാധ്യമായിരുന്നുള്ളൂ. കയ്യിലെ മൂർച്ചയുള്ള വെട്ടുകത്തി കൊണ്ട് മുന്നിലെ വള്ളികൾ വെട്ടിമാറ്റി ശ്രമപ്പെട്ടാണ് ചെമ്പൻ മുന്നിൽ നീങ്ങിയിരുന്നത്.

പാറക്കെട്ടുകൾ അവസാനിച്ച് അനേകം മരങ്ങൾ തിങ്ങി വെളിച്ചം കടക്കാത്ത അത്രയും കനത്ത കാടിന്റെ വന്യതയിലൂടെ സശ്രദ്ധം

നീങ്ങുമ്പോൾ ഞാനോർത്തു. ഞങ്ങൾ ഈ ഒരു ഭൂപ്രകൃതിയിലൂടെ ആയിരുന്നില്ല കാടിനകത്തേക്ക് പ്രവേശിച്ചത്. എന്റെ ചിന്ത അറിഞ്ഞെ ന്നോണം ചെമ്പൻ പറഞ്ഞു. 'ഇത് ഒരെളുപ്പവഴിയാണെന്ന്' വേഗത്തിൽ ഈ ഭാഗത്ത് നിന്ന് പുറത്ത് കടക്കണം. ഇവിടെ പുലികളുടെ കേന്ദ്ര മാണ്. അൽപം ക്ഷീണം തോന്നിയിരുന്നു. ഞങ്ങൾക്ക് അതെല്ലാം നിമിഷം നേരം കൊണ്ട് അപ്രത്യക്ഷമായി. ഞങ്ങൽക്ക് വേഗത കൂടി. എന്നാലും തിരക്കിട്ട ഈ മടക്കം എന്തിനാണ് ആ ചിന്ത എന്നെ ഇടയ്ക്ക് അലോസരപ്പെടുത്തി.

വൈകാതെ ഞങ്ങൾ ഒരു ആദിവാസി ഊരിലെത്തി. ആശ്വാസ ത്തോടെ കുറേ വെള്ളം കുടിച്ച് അവിടെ ഒരു പാറയിൽ മലർന്നു കിടന്നു. അങ്ങിനെ കിടക്കുമ്പോൾ ഒഴുകുന്ന വെള്ളത്തിന്റെ ശബ്ദം ഞാൻ കേട്ടു. അത് എന്റെ ഓർമ്മകളെ വർഷങ്ങൾക്ക് പുറകിലേക്ക് കൊണ്ട് പോയി.

വൈൽഡ് ലൈഫ് ഫൗണ്ടേഷന് വേണ്ടി പ്രവർത്തിക്കുന്ന കാലം. അധികവും കാടിനകത്ത് തന്നെ ആയിരുന്നു. ഇന്ത്യയിലെ ഒട്ടുമിക്ക വനപ്രദേശത്തിലൂടെയും സഞ്ചരിച്ചുകൊണ്ടിരുന്ന കാലം. കൂടെ പ്രിയ പ്പെട്ട പ്രൊഫസർ തങ്ക വേലു സാറും സംഘവും. ഏകദേശം അറുപത് വയസിനടുത്ത് പ്രായമുള്ള വേലു സാർ വലിയ ഒരത്ഭുതമായിരുന്നു. അപകടകരമായ കാടുകളിലൂടെയും മലയിടുക്കുകളിലൂടെയും മയിലു കളോളം സഞ്ചരിച്ചാലും ക്ഷീണമില്ലാത്ത ഊർജ്ജസ്വലനായ ഒരു മനുഷ്യൻ. അദ്ദേഹം മിക്കപ്പോഴും രാത്രി ടെന്റടിക്കാൻ തിരഞ്ഞെടുക്കുക ഒഴുകുന്ന അരുവിയുടെ കരയിലെ പാറപ്പുറത്തായിരിക്കും. രാത്രി മുഴുവൻ ചെവി നിറയെ ആ ശബ്ദം നിറഞ്ഞു നിൽക്കും. ഡിജിറ്റൽ ഫോട്ടോ ഗ്രാഫിയിലെ വിപ്ലവം തുടങ്ങുന്നതിന് മുമ്പായിരുന്നു അത്. മിനോൾട്ട ക്യാമറയും, എ എസ് എ കൂടിയ ഫ്യൂജി ഫിലിമും. എ എസ് എ കൂടിയ ഫിലിം എനിക്കായ് വരുത്തുന്നതായിരുന്നു. വേലു സാർ ഓർക്കാൻ മാധുര്യമുള്ള ഒരു പച്ച മനുഷ്യനായിരുന്നു. ഇപ്പോൽ അദ്ദേഹം ജീവി ച്ചിരിപ്പുണ്ടോ ആവോ ? വർഷങ്ങൾക്ക് മുമ്പേ ബന്ധം മുറിഞ്ഞിരുന്നു. പിന്നീട് ആ പഴയ ലാൻഡ് ഫോൺ നമ്പറിൽ വിളിച്ചു നോക്കി. പക്ഷേ, അത് ഏതോ ടെലിഫോൺ എക്സ്ചേഞ്ചാണ് എന്ന് പറഞ്ഞു. എങ്കിലും ചെന്നൈ നഗരത്തിലെത്തിയാൽ ആദ്യം ഓർമ്മ വരുക അദ്ദേഹത്തെയാണ്. പിന്നെ എ വി എം മ്മിൽ ക്യാമറാമാനായിരുന്ന ശെൽവം. സ്പെഷ്യൽദോശ ഉണ്ടാക്കി 'സാപ്പ്ട് കണ്ണാ' എന്ന് പറഞ്ഞ് സ്നേഹത്തോടെ നൽകിയിരുന്ന പാട്ടിയമ്മ. പട്ടിണി കാലങ്ങളിൽ ഭക്ഷണം നൽകിയ രാമസ്വാമി. അങ്ങിനെ ഓർമ്മകൾ നമ്മേ ഇങ്ങനെ കൊണ്ട് പോകും...

'സാർ....സാർ' ആരോ എന്നെ കുലുക്കി വിളിച്ചു. ഒരു ഞെട്ടലോടെ ഞാനുണർന്നു.

കാട്ടിൽ ഉറങ്ങുമ്പോഴും അബോധ മനസ്സ് ഉണർന്നിരിക്കും. പക്ഷേ ഇപ്പോൾ അത് ഉണ്ടായില്ല. അറിയാതെ തന്നെ സുരക്ഷിതത്വത്തിന്റെ തണൽ തിരിച്ചറിഞ്ഞതാകാം. ചെമ്പൻ എന്നെ നോക്കി ഇരിക്കുകയാണ്. എന്റെ മുന്നിൽ ചൂടുള്ള കപ്പ പിന്നെ കാന്താരിയും ഉള്ളിയും പുളിയും ഉപ്പും ചേർത്ത ചമ്മന്തിയും.

ചെമ്പന്റെ അമ്പരപ്പ് മാറിയില്ല. ഞാൻ ചിരിച്ച് കൊണ്ട് പറഞ്ഞു: 'ഉറങ്ങിപ്പോയി....'

അവൻ പല്ല് മുഴുവൻ പുറത്ത് കാട്ടി ചിരിച്ചു. വളരെ മനോഹരമായ നിരയൊത്ത വെളുത്ത പല്ലുകൾ.

ഞാൻ ഒരു കഷണം കപ്പ എടുത്ത് ചമ്മന്തിയിൽ മുക്കി കടിച്ചു. എന്റെ നാവിനടിയിലൂടെ വൈദ്യുതി പ്രവാഹം പോലെ എന്തോ ഒന്ന് തലയിലേക്ക് മിന്നൽവേഗതയിൽ ഉരച്ചു കയറി. ഞാനൊന്ന് തല കുടഞ്ഞു. കണ്ണടച്ച് തല ഉയർത്തി ഇരുന്നു. അത് ശരിയായി വരാൻ കുറച്ച് സമയമെടുത്തു. രുചികരമായ കപ്പയും ചമ്മന്തിയും വേഗത്തിൽ ഞാൻ ചവച്ചരച്ചു. പെട്ടന്നു നാവ് കടിച്ചു. അൽപ്പസമയം അനങ്ങാതെ ഇരിക്കേണ്ടി വന്നു. കണ്ണുകൾ നിറഞ്ഞു. അല്ലെങ്കിലും രുചികരമായി എന്ത് കഴിക്കുമ്പോഴും ഇത് പതിവാണ്.

'പെട്ടന്ന് ആയിക്കോട്ടെ പുറപ്പെടാം' താഴെ നിന്നും ഡോക്ടറുടെ ശബ്ദമായിരുന്നു.

ഞാൻ വേഗം കഴിച്ച് കുറച്ചപ്പുറത്തുള്ള അരുവിയിൽ നിന്നും മുഖവും കയ്യും കാലും കഴുകി പോകാൻ റെഡിയായി. ഡോക്ടർ ആരെയോ പരിശോധിക്കുകയായിരുന്നു. ഞാനും മധുവും ചെമ്പനും പുൽമേടിന്റെ ആരംഭത്തിൽ കാത്തിരുന്നു.

ശൈത്യകാലത്തിന് ശേഷമുള്ള തെളിമയാർന്ന ആകാശവും വിവിധ വർണ്ണങ്ങളിൽ പൂത്തുലഞ്ഞ മരങ്ങളും മനോഹരമാക്കിയ താഴ്‌വാരം നോക്കി നിൽക്കേ മധു പറഞ്ഞു: 'കാര്യങ്ങൾ അപകടമാണ്...'

ഞാനൊന്നും മനസ്സിലാക്കാതെ മധുവിനെ നോക്കി.

'കൊറോണ...!' മധു പറഞ്ഞു

'കൊറോണയോ?'

'അതെ...'

'അത് നമ്മൾ വരുമ്പോളും ഉണ്ടല്ലോ'

'അത് പോലെ അല്ലത്രെ ഇപ്പോൾ'.

ഞാനൊന്നും പറഞ്ഞില്ല.

ഞങ്ങൾ പ്രകൃതിയിലേക്ക് നോക്കി നിന്നു.

'പോകാം.....'

അത് ഡോക്ടർ ആയിരുന്നു.

ചൂട് കൂടുകയാണ്. ശരീരത്തിൽ വിയർപ്പ് ചാലുകൾ ഒഴുകി ഷർട്ട് നനഞ്ഞു. നടത്തത്തിനിടയ്ക്ക് വാട്ടർ ബോട്ടിലിൽ നിന്നും ഞാൻ കുറച്ച് വെള്ളം കുടിച്ചു. ഡോക്ടർ അതീവ ഗൗരവത്തിൽ ആയിരുന്നു. അത് എന്നെ അസ്വസ്ഥനാക്കി.

വളരെയധികം ഉയരത്തിൽ നിൽക്കുന്ന വൻമരങ്ങൾ അതിന്റെ തണലിലേക്കും ഊഷ്മളതയിലേക്കും പ്രവേശിച്ചപ്പോൾ തണുപ്പ് അനുഭവപ്പെട്ടു. എന്നാൽ ചെമ്പൻ ഒരു മുന്നറിയിപ്പ് തന്നു. ഇനി സൂക്ഷിക്കേണ്ടത് കിങ്ങ് കോബ്രയെ ആണ്. അത് അവൻ പറയുന്നതിന് മുമ്പേ എനിക്ക് തോന്നിയതാണ്. ഓരോ പ്രദേശത്തിന്റെയും സ്വഭാവമനുസരിച്ച് അത് മനസ്സിലാക്കാം. ഞങ്ങളുടെ നടത്തത്തിന് വേഗത കുറഞ്ഞു. കാലാ കാലങ്ങളായി പൊഴിഞ്ഞ ഇലകൾ പതു പതുത്ത ഒരു മെത്ത പോലെ ഭൂമിയോട് ചേർന്ന് കിടക്കുകയാണ്.

പതുക്കെ മരങ്ങൾ കുറഞ്ഞ് വരുന്നതായി കണ്ടു. മാത്രമല്ല വെള്ളം ഒഴുകുന്ന ശബ്ദവും കേട്ടു തുടങ്ങി. ഏതോ ഒരു കാട്ടരുവിക്ക് സമാന്തരമായിട്ടാണ് ഇപ്പോൾ ഞങ്ങൾ നീങ്ങുന്നത് എന്ന് മനസ്സിലായി.

നടന്നു കൊണ്ടിരുന്ന ചെമ്പൻ നടത്തം നിറുത്തി. താഴെ എന്തോ സൂക്ഷിച്ച് നോക്കി.

'എന്താ...? മധു ചോദിച്ചു.

'പുലിയുടെ കാൽപാട്.' ചെമ്പൻ പറഞ്ഞു.

'പഴക്കമുണ്ടോ...' ഞാൻ ചോദിച്ചു.

'ഇല്ല. പുതിയതാ, ഏറിയാൽ ഒരു നാഴിക. അതിനപ്പർത്തല്ല' ചെമ്പൻ പറഞ്ഞു: 'സൂക്ഷിക്കണം അത്രേ വേണ്ടു'.

എനിക്ക് പുതുമയൊന്നും തോന്നിയില്ല. എത്ര വട്ടം ഇത് പോലെ അല്ലെങ്കിൽ ഇതിലും ഭീതി നിറഞ്ഞ അവസ്ഥയിലൂടെ കടന്ന് പോയിട്ട് ഉണ്ട്.

പിന്നീട് ഞങ്ങൾ വളരെ സൂക്ഷ്മതയോടെയാണ് സഞ്ചരിച്ചത്. അപകടം പതിയിരിപ്പുണ്ടെന്ന ചിന്ത ആ സൂക്ഷ്മത വർദ്ധിപ്പിച്ചു.

കുത്തനെയുള്ള കയറ്റം ആയാസപ്പെട്ടാണ് കയറിയത്. അതൊരു പുൽമേടായിരുന്നു. കാടിന് നടുവിൽ മനോഹരമായ ഒരിടം. അവിടെ നിന്ന് നോക്കിയാൽ വിശാലമായി ഒഴുകുന്ന അരുവികാണാം. വെയിലിൽ തിളങ്ങുന്ന ജലകണങ്ങൾ കാണാം. ശബ്ദത്തോടെ താഴേക്ക് പ്രവഹിക്കുകയാണ്. അതൊരു മോഹിപ്പിക്കുന്ന കാഴ്ചയായിരുന്നു.

അൽപസമയത്തെ വിശ്രമത്തിനു ശേഷം വീണ്ടും ഞങ്ങൾ യാത്ര തുടർന്നു.

ഏകദേശം ഒരു മണിക്കൂർ യാത്ര കൊണ്ട് ഞങ്ങൾ കാടതിർത്തി യിലെത്തി.

ഇനി ഇവിടം മുതൽ ചെമ്പനില്ല. അവൻ വിട പറയുകയാണ്. നിഷ്കളങ്കമായ നൈർമല്യത്തോടെ ചിരിച്ച് വിട പറയുമ്പോൾ അവന്റെ സഞ്ചിയിൽ നിന്നും ഒരു കുപ്പി തേൻ എടുത്ത് ചിരിയോടെ എനിക്ക് തന്നു. കലർപ്പില്ലാത്ത, കാപട്യമില്ലാത്ത സ്നേഹത്തിന്റെ ആർദ്രമായ കനിവായി ചെമ്പൻ എന്നിൽ നിറഞ്ഞു. സുരക്ഷിതമായി ഞങ്ങളെ കാടിറക്കി ആ ആദിവാസി യുവാവ് കാട്ടിൽ മറയുമ്പോൾ എന്തോ ഒന്നു നഷ്ടപ്പെട്ട പോലെ.

ഒരു നിശ്ചലതയ്ക്ക് ശേഷം ഞങ്ങൾ വീണ്ടും മുന്നോട്ട് നീങ്ങി.

കാടതിർത്തിയിൽ നിന്നും ഒറ്റയടിപ്പാതയിലൂടെ നടന്ന് ടാർ റോഡി ലിറങ്ങി.

റോഡിലൂടെ ആദ്യം കണ്ട കവലയിലേക്ക് ഞങ്ങൾ ധൃതിയിൽ നടന്നു. അത്യാവശ്യം ജനസാന്ദ്രതയുള്ള ഒരു കവലയാണത്. അതിന്റെ നിർജ്ജീവത ഞങ്ങളെ ആശ്ചര്യപ്പെടുത്തി. വണ്ടി പാർക്ക് ചെയ്തിരുന്ന സ്ഥലവും വിജനമായിരുന്നു. ഞങ്ങൾ ഡോക്ടറുടെ ബ്ലാക്ക് താറിലേക്ക് കയറി.

വണ്ടി സ്റ്റാർട്ടാകില്ലെന്നാണ് ഞാൻ കരുതിയത്. പക്ഷേ ഒരൊറ്റയ ടിക്ക് തന്നെ സ്റ്റാർട്ടായി.

ഞാൻ ക്ഷീണത്തോടെ സീറ്റിൽ ചാരി പുറത്തേക്ക് കണ്ണയ ച്ചു. റോഡിൽ ആരും ഉണ്ടായിരുന്നില്ല. മഹാ ശൂന്യത...ഇനി വല്ല ഹർത്താലും...?

ഡോക്ടർ ഒരു ഷോർട്ട് കട്ട് വഴി വണ്ടി ടൗണിലേക്ക് എടുത്തു.

അവിടെ ഭീതിപ്പെടുത്തുന്ന ഒരു തരം ശ്മശാന മൂകത തങ്ങിനിൽക്കു ന്നു. ഒരു മനുഷ്യ ജീവിയെ പോലും എങ്ങും കാണുന്നില്ല. ചില ഇംഗ്ലീഷ് സിനിമകളിൽ കാണുന്നത് പോലെ ആയിരുന്നു ചുറ്റും.

എന്റെ ഉൽകണ്ഠ ഇനി തടഞ്ഞുവെക്കാനാകുമായിരുന്നില്ല. ഞാൻ ഡോക്ടറോട് ചോദിച്ചു: 'എന്താണ് ഡോക്ടർ ഇതെല്ലാം?'

'നിങ്ങളുടെ ആരുടെങ്കിലും മൊബൈലിൽ ചാർജ്ജ് ഉണ്ടോ?' ഡോക്ടർ ചോദിച്ചു.

സത്യത്തിൽ മൊബൈലിന്റെ കാര്യം തന്നെ ഞങ്ങൾ മറന്ന് പോയിരുന്നു. ഞാൻ എന്റെ ഫോണെടുത്ത് വേഗം ചാർജ്ജിന് ഇട്ടു.

'ഡോക്ടറെ ഈ കയറ്റം കയറുമ്പോൾ വലത് വശത്താണ് പോലീസ് സ്റ്റേഷൻ ഞാനൊന്ന് കാര്യങ്ങൾ തിരക്കാം.' മധു പറഞ്ഞു.

വണ്ടി സ്റ്റേഷന്റെ മതിലിനോട് ചേർത്ത് നിറുത്തി. മധു സ്റ്റേഷനിലേക്ക് പോയി.

'സംഭവം അതീവ ഗൗരവമാണ്' ഡോക്ടർ പറഞ്ഞു: 'അല്ലാതെ ഇങ്ങനെ ഒരവസ്ഥ ഉണ്ടാകില്ല. ലോകത്ത് വൈറസ് രോഗം റിപ്പോർട്ട് ചെയ്തതെല്ലാം കനത്ത അപകടം സൃഷ്ടിച്ചവയാണ്. എന്നാൽ പഴയത് പോലെ അല്ല ഇന്ന് ലോകം മൊത്തം തുറന്നിട്ടിരിക്കുകയാണ്. ദിവസങ്ങൾ കൊണ്ട് എല്ലാം തകിടം മറിയും'.

മധു ധൃതിയിലാണ് വണ്ടിയിലേക്ക് വന്നത്. ഞാനും ഡോക്ടറും മധുവിനെ നോക്കി.

'കാര്യങ്ങൾ അതീവ ഗുരുതരമാണ്. ലോകം മൊത്തം കൊറോണ പടർന്നു പിടിക്കുകയാണ്. ഇവിടെ ലോക്ക് ഡൗൺ പ്രഖ്യാപിച്ചിരിക്കുകയാണ്. നിയമം കർശനമാണ്. ഒരാൾക്ക് പോലും പുറത്തിറങ്ങാൻ അനുവാദമില്ല.' 'മധു പറഞ്ഞു: മരണസംഖ്യ ഉയരുകയാണ്'.

'ഊം...'ഡോക്ടർ മൂളി: 'ഇത് ഞാൻ പ്രതീക്ഷിച്ചതാണ്. ഇത്തരത്തിൽ ഒരു വൈറസ് അറ്റാക്ക് ഉണ്ടായാൽ...പിന്നെ...'

എന്നെ വീട്ടിൽ ഇറക്കി. ഡോക്ടറും മധുവും പോയി. എനിക്ക് എന്നോട് തന്നെ ഒരറപ്പ് തോന്നുന്നുണ്ടായിരുന്നു. വേഗം കുളിക്കാൻ കയറി. ബക്കറ്റിൽ നിന്നും വെള്ളമെടുത്ത് കുറേ നേരം തലയിലൂടെ ഒഴിച്ചു.

കുളിക്ക് ശേഷം ഒരു ചായ കഴിച്ച് നേരെ കട്ടിലിലേക്ക് കിടന്ന് കൊണ്ട് പലതും ഓർക്കാൻ ശ്രമിച്ചു. എല്ലാം ഓരോ നിയോഗങ്ങളാണ്. അതിന്റെ നിഴലിൽ മുന്നോട്ട് പോകുകയാണ് ഓരോ മനുഷ്യനും.ചിന്തയിലൂടെ മുന്നോട്ട് പോകവെ പതുക്കെ കണ്ണുകൾക്ക് കനം വെക്കുകയും ഉറക്കത്തിലേക്ക് വീഴുകയും ചെയ്തു.

ദിവസങ്ങളായി പുറത്തിറങ്ങാതെ വീട്ടിൽ തന്നെ ഇരിക്കുകയാണ്. ഒരു പക്ഷേ, എത്രയോ കാലങ്ങൾക്ക് ശേഷം. അല്ലെങ്കിൽ ഇത്തരം ഒരവസ്ഥയിലൂടെ ഇന്ന് ജീവിച്ചിരിക്കുന്ന ഒരാളും കടന്ന് പോയിരിക്കില്ല. ഏതെങ്കിലും ഒരു രാജ്യത്തോ ദേശത്തോ ദുരന്തങ്ങൾ സംഭവിക്കാറുണ്ട്. എന്നാൽ ലോകം മുഴുവൻ ഭീതിയുടെ നിഴലിലേക്ക് ചേക്കേറുന്ന കാഴ്ച ആദ്യമായിരിക്കും. വൻ രാജ്യങ്ങൾ കീഴടങ്ങുന്നു. അഹങ്കാരങ്ങൾ ചോർന്നൊലിക്കുന്നു. മരണമെന്ന ക്ഷണിക്കപ്പെടാത്ത അതിഥി കടന്ന് വരുമ്പോൾ പതറുകയാണ്. ബുദ്ധി വൈഭവത്താൽ ആകാശം കീഴടക്കിയ മനുഷ്യൻ.

ഡോക്ടറും മധുവുമെല്ലാം നല്ല തിരക്കിലാണ്. സ്വാഭാവികത നഷ്ടപ്പെട്ട് ലോകം വിജനമായിരിക്കുന്നു. ഞാനെന്റെ പുസ്തകങ്ങൾക്ക് നടുവിലാണ്. ദിവസങ്ങൾക്ക് ശേഷം ഞെട്ടിപ്പിച്ച് കൊണ്ട് ഫോൺ ശബ്ദിച്ചു. ഫോണെടുത്തപ്പോൾ മധുവാണ്.

'ഹലോ...'

'എന്താ വിവരം നീ ഓക്കെ അല്ലേ ?' മധു ചോദിച്ചു.

'ഓ കുഴപ്പമൊന്നും ഇല്ല എന്താ നിന്റെ വിശേഷം?'

'ഡ്യൂട്ടിയിലാണ്...'

'ഉൗം...'

'ശരി എന്നാ ഞാൻ പിന്നെ വിളിക്കാം'

മധു പെട്ടന്ന് ഫോൺ കട്ട് ചെയ്തു. അവന് എന്തോ സങ്കർഷമുള്ള പോലെ. ചിലപ്പോൾ തോന്നിയതാകും.

കോളിങ്ങ് ബെൽ ശബ്ദിച്ചപ്പോൾ ചിന്ത മുറിഞ്ഞു. എഴുന്നേറ്റ് പുറത്ത് വന്നപ്പോൾ തൊട്ടപ്പുറത്തെ വീട്ടിലെ ചേച്ചിയായിരുന്നു. ഞാൻ ചിരിച്ച് കൊണ്ട് ചോദിച്ചു: 'എന്താ ചേച്ചി....'

'അത് ഞാൻ...' ചേച്ചി പറയാൻ പ്രയാസപ്പെട്ടു.

'എന്താണെങ്കിലും പറഞ്ഞോളൂ' ഞാൻ ചേച്ചിയെ ധൈര്യപ്പെടുത്തി.

'ഒരു ആയിരം രൂപ എടുക്കാൻ ഉണ്ടോ ? കഴിക്കണ മരുന്ന് കഴിഞ്ഞു. എന്റെ കയ്യിൽ പൈസ ഒന്നും ഇല്ല. ശ്രീധരേട്ടൻ പൈസ അയച്ചാലെ ഇനി...' ചേച്ചി അത്രയും പറഞ്ഞത് ആൾക്കൂട്ടത്തിൽ തുണി ഉരിഞ്ഞ് പോയ ഒരാളുടെ അവസ്ഥയിലായിരുന്നു.

'അതിനെന്താ ചേച്ചി...'

ഞാൻ പണമെടുത്ത് ചേച്ചിക്ക് നൽകി. അവർ നന്ദിയോടെ എന്നെ ഒന്ന് നോക്കി പിന്നെ വേഗം നടന്നു. അവരുടെ കണ്ണ് നിറഞ്ഞിരുന്നോ ?

അകത്തേക്ക് നടക്കുമ്പോൾ ഞാനോർത്തു. എത്ര എത്ര മനുഷ്യരാണ് ഇങ്ങനെ ദുരിതം അനുഭവിക്കുന്നത്. എന്നിട്ടും ഒരു ബോധവുമില്ലാത്ത കുറേ മനുഷ്യർ വേറേയും!.

പുറം ലോകവുമായി ഒരു ബന്ധവുമില്ലാതെ പുസ്തകങ്ങൾക്ക് നടുവിൽ ധ്യാനത്തിലെന്നവണ്ണം ദിവസങ്ങൾ മുന്നോട്ട് നീങ്ങി. ദിവസങ്ങളുടെയും ആഴ്ചകളുടേയും കണക്കുകൾ നഷ്ടപ്പെട്ട് ഒരു പുറ്റിനകത്തേക്ക് ആഴ്ന്നിറങ്ങിയ പോലെ.

നക്ഷത്രങ്ങൾ ചിന്നി ചിതറിയ ആകാശത്തിന് താഴെ ഞാൻ മലർന്നു കിടന്നു. ആകാശം മനോഹരമായിരുന്നു.

തിരക്കുകളിൽ നിന്നും തിരക്കുകളിലേക്ക് കുപ്പകുത്തിയ മനുഷ്യൻ തന്റെ ദയനീയതയിലേക്ക് തല ചായിച്ചിരിക്കുന്നു. അവർ വിശ്രമിക്കുകയാണ്. മാസ്റ്റർ പ്ലാനുകൾക്കും ടൈംടേബിളുകൾക്കും പൊങ്ങച്ചങ്ങൾക്കും അഹങ്കാരങ്ങൾക്കുമെല്ലാം ഒടുവിൽ സ്വന്തം ദൈന്യതയുടെ ബോധത്തിലേക്ക് കടക്കുകയാണ്.

ലോകത്ത് അനേക കോടി ജീവജാലങ്ങൾ ജനിമൃതികളുടെ താഴ്വാരങ്ങൾ കടന്ന് പോയി. കമാനങ്ങളും കോട്ടക്കൊത്തളങ്ങളും പണിഞ്ഞവർ മജ്ജയും മാംസവും കൊണ്ട് സുഖത്തിലാറാടിയവർ. ഒരു നേരത്തെ പോലും ആഹാരം ലഭിക്കാതെ മരണത്തിലമർന്ന കുഞ്ഞുങ്ങൾ. അങ്ങിനെ...അങ്ങിനെ...

ഭൂമുഖത്ത് നിന്നും അപ്രത്യക്ഷമായവയുടെ ഗണത്തിലേക്ക് ഒരു പക്ഷേ...

നഷ്ടപ്പെടാത്ത കാരുണ്യത്തിന്റെ ഉറവകൾ നിലനിൽക്കുന്നു എന്ന അറിവ് തന്നെ വലിയ ആശ്വാസം നൽകുന്നു.

ആകാശത്തിന്റെ വിശാലതയിൽ നിന്ന് കണ്ണുകൾ പിൻവലിച്ച് ഞാൻ പതുക്കെ കണ്ണുകളടച്ചു. അത് ഒരു ഉൾക്കുളിരിലേക്കായിരുന്നു.

ജന്മജന്മാന്തരങ്ങളുടെ സാന്ത്വനത്തിന്റെ പറുദീസയിലേക്കെന്ന പോലെ കനമില്ലാതെ ഞാൻ നിദ്രയിലേക്ക് ഉയർന്നു.

പിരമിഡ്

ഇന്ത്യൻ സമയം ഉച്ചയ്ക്ക് രണ്ടേ മുപ്പതിനാണ് ആ അറിയിപ്പ് അയാളുടെ കയ്യിൽ കിട്ടുന്നത്. പിന്നീട് ചോദ്യങ്ങളോ ഉത്തരങ്ങളോ ഉണ്ടായിരുന്നില്ല. ജോലി നഷ്ടപ്പെട്ടു എന്ന തിരിച്ചറിവായിരുന്നു അത്.

സമ്പന്നമായ അറബ് രാജ്യത്തെ പതച്ച മണ്ണിലൂടെ അലസമായി മുറിയിലേക്ക് നടന്നു. കമ്പനി പാസ്പോർട്ട് തിരിച്ച നൽകിയതിനാൽ ഒരു തരം സ്വാതന്ത്ര്യവും കൂടെ ഉണ്ടായിരുന്നു. ഇവിടെ തനിക്ക് എന്ത് തീരുമാനവും എടുക്കാം.

ഈ സമയം ജനാധിപത്യ പറുദീസയായ ഇന്ത്യയിൽ നോട്ട് നിരോധനം സംഭവിച്ച് ജനം പരിഭ്രാന്തരായി കഴിഞ്ഞിരുന്നു. അവർ ചരിത്രത്തിലെ സമ്പന്നരായ ദരിദ്രന്മാരായിക്കഴിഞ്ഞിരുന്നു.

കഫ്റ്റീരിയയുടെ മുന്നിലെ ടിവിയിൽ വാർത്ത കാണാൻ തടിച്ച കൂടിയ ഇന്ത്യക്കാരിൽ യൂസഫും ഉണ്ടായിരുന്നു. യൂസഫിനെ കണ്ട് അയാൾ നിന്നു.

"യൂസഫ്..."അയാൾ വിളിച്ചു.

യൂസഫ് തിരിഞ്ഞു നോക്കി. അയാളെ കണ്ട യൂസഫ് ഒരു ചിരിയോട് കൂടി അയാൾക്കടുത്തേക്ക് വന്നു: "എന്താ ഇന്ന് ഡ്യൂട്ടി ഇല്ലേ...?"

"ഇനി മുതൽ ഇല്ല" അയാൾ പറഞ്ഞു.

"എന്ത് പറ്റി ?"

"കമ്പനി കുറേ പേരെ പിരിച്ച് വിട്ടു അതിൽ ഞാനും ഉണ്ട്, അതിരിക്കട്ടെ എന്താ ഇവിടെ?"

“നോട്ട് നിരോധനത്തിന്റെ വാർത്ത നോക്കിയതാ. പണമില്ലാത്തത് കൊണ്ട് ആദ്യമായി സന്തോഷം തോന്നിയത് ഇന്നാണ്” ചിരിയോടെ യൂസഫ് പറഞ്ഞു.

“ഊം...”

“ഇനി എന്താ പരിപാടി ?”

“മഹാ ശൂന്യത...”

“ഒരു ചായ കുടിച്ചാലൊ?”

“ആവാം”

എന്ത് കൊണ്ടോ ചായക്കപ്പുകൾക്ക് ഒപ്പം അവരും നിശ്ശബ്ദരായിരുന്നു.

“പെട്ടന്ന് ജോലി പോയാൽ എന്താ ചെയ്യാ...?” യൂസഫ് ആലോചനയോടെ ചോദ്യരൂപേണെ ആത്മഗതം ചെയ്തു. പിന്നെ സ്വയം ആശ്വസിപ്പിച്ച് ചിരിച്ചു.

“എന്താ യൂസഫെ ഭയം തോന്നുന്നുണ്ടോ ?”

“ഉണ്ടായിരുന്നു. ഇപ്പോൾ ഇല്ല”

“ഊം...”അയാൾ ചായയുടെ അവസാന വലിയം പൂർത്തീകരിച്ച് എഴുന്നേറ്റു, കൂടെ യൂസഫും.

പെട്ടന്ന് ഫോൺ ശബ്ദിച്ചു. അയാൾ ഫോണെടുത്ത് നോക്കി. ഒരു അപരിചിതമായ നമ്പറായിരുന്നു. അതിൽ തെളിഞ്ഞത്. അൽപസമയം അയാൾ ചിന്തയോടെ നിന്നു പിന്നെ ഫോൺ എടുത്തു. പക്ഷേ, അപ്പോഴേക്കും അത് കട്ടായിരുന്നു.

യൂസഫിനോട് യാത്ര പറഞ്ഞ് മുറിയിലേക്ക് നടക്കുമ്പോൾ ഫോൺ വീണ്ടും ശബ്ദിച്ചു. അയാൾ ഫോൺ എടുത്തു: “ഹലോ.....”

ഫോണിൽ നിന്നും കേട്ട ശബ്ദം ഭാര്യയായിരുന്ന സ്ത്രീയുടേതാണെന്ന് തിരിച്ചറിയാൻ അയാൾക്ക് അധികം സമയം വേണ്ടി വന്നില്ല:”ഹലൊ...

“ഐ ആം സാറ....”

ഫോണിൽ നിന്നും സാറയുടെ ശബ്ദം വീണ്ടും കേട്ടു.

“യാ ഐ നോ, ടെൽമി സാറ ആർ യു ഒകെ...”

“ഞാനും നിങ്ങളുടെ മകളും സുഖമായിട്ടിരിക്കുന്നു. ഈജിപ്തിൽ പതിവിലും കൂടുതൽ തണുപ്പുണ്ട് അത് കൊണ്ട് ചെറിയ ജലദോഷമുണ്ട് അവൾക്ക്....”

“കൂടുതൽ ഉണ്ടോ....?”

“ഇല്ല....പക്ഷേ....’’

“എന്താ....?’’

“അവൾക്ക് നിങ്ങളെ മിസ്സ് ചെയ്യുന്നു. കാണണമെന്ന് പറയുന്നു.’’

അയാൾ അൽപം നേരം ചിന്തയിലാണ്ടു.

ഫോണിൽ നിന്നും ചോദ്യമുയർന്നു: “ഒന്നും പറഞ്ഞില്ല’’

“ഊം...ഞാൻ ഈജിപ്തിലോട്ട് വരാം’’

“ ജോലി...?’’

ഇപ്പോൾ ജോലിയില്ല സർവ്വസ്വതന്ത്രൻ. ദുബായി സാമ്പത്തിക മാന്ദ്യത്തിലാണ് പല കമ്പനികളും പൂട്ടി. എന്റെ കമ്പനിയും അതിൽ പെട്ടും’’.

തനിക്ക് പരിചിതമല്ലാത്ത ഏതോ ഒരു ഈജിപ്ഷ്യൻ വാക്ക് സാറ പറഞ്ഞു. പിന്നീട് കൂടുതലൊന്നും പറഞ്ഞില്ല. ഫോൺ കട്ട് ചെയ്തു. സാറയുടെ ഓർമ്മകളായിരുന്നു പിന്നീട്...

ഒരു വൈകുന്നേരം അബുദാബിയിലെ കോർണേഷ്യയിലൂടെ അലക്ഷ്യമായി നടക്കുമ്പോഴാണ് ആദ്യം സാറയെ കാണുന്നത്. അപ്പോൾ സാറയുടെ കയ്യിൽ ഒരു പുസ്തകം ഉണ്ടായിരുന്നു. “ ആ്യീസലി ണശിഴ.ം...’’ ഖലീൽ ജിബ്രാൽ. ജിബ്രാന്റെ അക്ഷരങ്ങളുടെ മാസ്മരികത പോലെ സാറയും ഒരു മാസമരിക വലയത്തിലാണെന്ന് തോന്നി. പിന്നീട് പലപ്പോഴും അവിടെ വെച്ച് തന്നെ സാറയെ കണ്ടു. ഓരോ പ്രാവശ്യം കാണുമ്പോഴും സാറയുടെ കയ്യിൽ ഓരോ പുസ്തകങ്ങൾ ഉണ്ടായിരുന്നു.

ചിരിയിൽ തുടർന്ന അടുപ്പം സംഭാഷണങ്ങളിലേക്കും ദീർഘ ചർച്ച കളിലേക്കും നീങ്ങി. അത് പിന്നീട് യാത്രകളിലേക്ക് വളർന്നു.

ഈജിപ്തിന്റെ മിത്തുകൽ നിറഞ്ഞ കഥകൾ സാറ പറയുമ്പോൾ അവളുടെ കണ്ണുകൾ ഇറുകിപ്പോകുമായിരുന്നു. കെയ്റോയ്ക്കും ജിസ്സേയ്ക്കും ഇടയിലാണ് അവളുടെ വീട്. “മഹാനായ ചക്രവർത്തി അലക്സാണ്ട റുടെ പിൻമുറക്കാരായ ടോളമി രാജാക്കന്മാർ നിർമ്മിച്ച ലോക പ്രശ സ്തമായ ഗ്രന്ഥാലയവും അതിന്റെ പാരമ്പര്യവുമാണൊ സാറാ നിന്നെ പുസ്തകങ്ങളുടെ സഹയാത്രികയാക്കിയത്?’’

സാറ മനോഹരമായി ചിരിച്ചു. അല്ലെങ്കിലും സാറയുടെ ചിരി വശ്യ മാർന്നതായിരുന്നു.

ഒരു അവധി ദിവസം സാറയുമൊത്ത് ലക്ഷ്യമില്ലാതെ യാത്രയി ലാണ് സാറ കേരളത്തെക്കുറിച്ച് പറഞ്ഞത്. ഒരിക്കൽ കേരളത്തിൽ

പോകണമെന്നതാണ് അവളുടെ ഏറ്റവും വലിയ ആഗ്രഹമെന്ന് പറഞ്ഞപ്പോൾ അത്ഭുതം തോന്നി.

"കേരളം ഒരു അനുഗ്രഹീത നാടാണ് ദൈവത്തിന്റെ കയ്യൊപ്പുള്ള നാട്'' സാറ പറഞ്ഞു.

എന്ത് പറയണമെന്നറിയാതെ ഞാൻ അത്ഭുതപ്പെട്ടു: "എന്റെ ആഗ്രഹം മെഡിറ്ററേനിയൻ കടൽ മുതൽ സൂയസ് കനാൽ വരെ ഒരു യാത്രയാണ്.'' അയാൾ പറഞ്ഞു.

സാറ പതുക്കെ അയാളുടെ നെഞ്ചിൽ ചാരി. ഉന്മാദമുയർത്തുന്ന ഷാംപൂവിന്റെ ഗന്ധം അയാൾ അനുഭവിച്ചു. അതിന്റെ നിറവിൽ അയാൾ കാർ പതുക്കെ സൈഡ് ഒതുക്കി നിറുത്തി.

"സാറ....''

"ഊം...''സാറ മൂളി

പിന്നീട് മൗനമായിരുന്നു. അനന്തമായി നീളുന്ന മൗനം. നിശ്ശബ്ദമായി അനേകം ആശയങ്ങൾ പങ്ക് വെക്കാൻ കഴിയുമെന്നത് വലിയ തിരിച്ചറിവായിരുന്നു.

മൗനത്തിന്റെ മൂടുപടത്തിനകത്ത് നിന്നും പുറത്ത് വന്നത് സാറയായിരുന്നു. "ഞാൻ നാട്ടിൽ പോകുകയാണ്''

"എന്താ പെട്ടന്ന്...?''

"ഒന്നുമില്ല അപ്പയെ കാണണം. നമ്മുടെ വിവാഹത്തിന് സമ്മതം വാങ്ങണം''.

"സമ്മതം കിട്ടുമൊ ? മറ്റൊരു രാജ്യക്കാരൻ, അതിലേറെ അപകടം മറ്റൊരു മതക്കാരൻ ?''

സാറ ചിരിച്ചു.

"എന്റെ അപ്പ സമ്മതിക്കും. ഇന്ന് വരെ എന്നെ ഒരു കാര്യത്തിലും അപ്പ വേദനിപ്പിച്ചിട്ടില്ല. വിശാലമായ കാഴ്ചപ്പാടുള്ള അപ്പ ലോകത്തെ സമീപിച്ചത് ശുഷ്ക്കമായ ചിന്താഗതിയോടെ അല്ല. അപ്പയുടെ മകൾ എന്നതാണ് എന്റെ മൂല്യം. ദുബായിൽ ജോലി ചെയ്യണമെന്ന എന്റെ ആഗ്രഹം അതിലേക്ക് പറഞ്ഞയച്ചത് അപ്പയാണ്.''

"ഊം...''അയാൾ മൂളി

ഒരാഴ്ചയ്ക്ക് ശേഷം ഈജിപ്തിന്റെ ഗന്ധവും പേറി സാറ തിരിച്ചെത്തി. വൈകാതെ വിവാഹിതരായി ഒരുമിച്ച് താമസം തുടങ്ങി. സ്ത്രീ പുരുഷ ബന്ധങ്ങൾക്കിടയിലെ വൈരുദ്ധ്യം അവർ തിരിച്ചറിയുകയായിരുന്നു. ഇത്രയധികം മാറ്റങ്ങൾ ഒരുമിച്ച് ജീവിച്ച് തുടങ്ങുമ്പോൾ ഉണ്ടാകുമെന്ന്

കരുതിയില്ല. എങ്കിലും എല്ലാത്തിനേയും സമീപിച്ചു. എന്നാലും ഒരിക്കലും കാമുകിയല്ല ഭാര്യ എന്ന തിരിച്ചറിവ് അയാൾ നേടിക്കഴിഞ്ഞിരുന്നു.

ഇന്ത്യൻ സമ്പദ്ഘടനയുടെ തകർച്ചയെ കുറിച്ച് രവിയുമായി സംസാരിച്ചിരിക്കേ സാറയുടെ ഫോൺ വന്നു. അയാൾ വേഗത്തിൽ ഫോണെടുത്തു. കാരണം സാറ ഗർഭിണി ആയിരുന്നു.

"ഹലോ..."

"ഡിയർ എനിക്ക് നല്ല പെയിനുണ്ട് ഞാൻ ആശുപത്രിയിലേക്ക് പോകുന്നു അങ്ങോട്ട് വരൂ..."

മറുപടി കാക്കാതെ ഫോൺ കട്ടായി. അയാൾ രവിയോട് യാത്ര പറഞ്ഞ് ആശുപത്രിയിലേക്ക് തിരിച്ചു. ആശുപത്രിയിലെത്തുമ്പോൾ സാറയെ ലേബർ റൂമിൽ പ്രവേശിപ്പിച്ചിരുന്നു. അയാൾ ലേബർ മുറിയ്ക്ക് മുന്നിൽ കാത്തിരുന്നു. ഇത് പോലെ ഹൃദയസ്പന്ദനത്തോടെ അയാളൊരിക്കലും എവിടേയും കാത്തിരുന്നിട്ടില്ല. അവിടെ അയാളുടെ ഹൃദയമിടിപ്പ് വർദ്ധിക്കുകയും ഹൃദയം തൊണ്ടയിലേക്ക് കയറി വരുന്ന പോലെ~ഒരു ശ്വാസതടസം അനുഭവിക്കുകയും ചെയ്തു. ഇരിക്കാൻ കഴിയാതെ ആശുപത്രിയുടെ ഇടനാഴിയിലൂടെ അയാൾ നടന്ന് കൊണ്ടിരുന്നു. എത്ര സമയം കടന്ന് പോയി എന്നറിയില്ല. സമയചക്രത്തിനും അപ്പുറത്തായിരുന്നു അയാൾ. ഭൗതികതയ്ക്കപ്പുറത്ത് ആത്മാവിൽ നിന്നും അയാളുടെ ജീവിതത്തിലേക്ക് ഒരാൾ കടന്ന് വരുന്നു. ത്രസിപ്പിക്കുന്ന മാനസികാവസ്ഥയിലൂടെ അയാൾ കടന്ന് പോകവേ ലേബർ റൂമിന്റെ വാതിൽ തുറന്നു. അറിയാതെ അയാളുടെ കാലുകൾ ലേബർ റൂമിന് നേരെ നീങ്ങി.

ശുഭ്രമായ ഒരു ടർക്കി ടവ്വലിൽ പൊതിഞ്ഞ ആ കുഞ്ഞു മാലാഖയെ നേഴ്സ് അയാളുടെ കൈകളിലേക്ക് നീട്ടി. വിറയാർന്ന കൈകളാൽ അയാൾ കുഞ്ഞിനെ ഏറ്റുവാങ്ങി. അങ്ങിനെ അയാൾ അയാളുടെ രക്തത്തെ തൊട്ടറിഞ്ഞു. അതിന്റെ നിർവൃതിയിൽ അയാൾ അങ്ങിനെ നിന്നു. അപ്പോൾ കുഞ്ഞ് പതുക്കെ ഒന്ന് കരഞ്ഞു. കണ്ണുകൾ തുറന്ന് കുഞ്ഞ് അയാളെ നോക്കി.

സന്തോഷത്താൽ അയാൾ കുഞ്ഞിനെ ഇമയനക്കാതെ നോക്കി നിന്നു.

ഓർമ്മകൾ അറ്റമില്ലെന്ന് തോന്നും. ജീവിതം അത് എത്ര മഹത്തരമായതാണ്. ആ കുഞ്ഞു മാലാഖ അയാളുടെ ജീവിതത്തിൽ ഇത്ര വലിയ മാറ്റങ്ങൾ ഉണ്ടാക്കുമെന്ന് അയാൾ കരുതിയില്ല. ജോലി കഴിഞ്ഞ് മുഴുവ സമയവും അയാൾ മകൾക്കൊപ്പം ചിലവിട്ടു. അങ്ങിനെ ജീവിതത്തിന്റെ മനോഹാരിതയിലൂടെ നാലു വർഷങ്ങൾ കടന്ന് പോയി.

പെട്ടന്നാണ് എല്ലാം തകിടം മറിഞ്ഞത്. സാറയുടെ പിതാവ് കുഴഞ്ഞ് വീണ് കിടപ്പിലായി. സാറയ്ക്ക് വലിയ കുറ്റബോധം ഉണ്ടായി. പിതാവിനെ തനിച്ചാക്കി പോന്നതാണ് എല്ലാത്തിനും കാരണം എന്നവൾ വിശ്വസിച്ചു.

ഒടുവിൽ സാറ ജോലി രാജിവെച്ച് ഈജിപ്തിലേക്ക് മടങ്ങാൻ തീരുമാനിച്ചു. എയ്ഞ്ചലിനെ പിരിയുക എന്നത് അയാൾക്ക് ഓർക്കാൻ പോലും കഴിയില്ലായിരുന്നു.

"നാളെ രാവിലെ ഏഴു മണിക്കാണ് ഫ്ളൈറ്റ്" പുറത്തെ കാഴ്ചയിലേക്ക് നോക്കി സാറ പറഞ്ഞു.

അയാൾ മൂളി.

സെറ്റിയിൽ കിടക്കുന്ന അയാളുടെ നെഞ്ചിന്റെ ചൂടിൽ എയ്ഞ്ചൽ ഉറങ്ങുകയാണ്. ഉറക്കത്തിൽ അവൾ പതുക്കെ മന്ത്രിച്ചു: "അപ്പാ..."

'പഞ്ഞിക്കെട്ടുകൾ പോലെയുള്ള വെള്ളിമേഘങ്ങൾക്ക് മുകളിലൂടെ വിമാനം മുന്നോട്ട് പോയി കൊണ്ടിരിക്കേ അയാൾ ഒരു പുസ്തകതാളിലൂടെ കടന്ന് പോവുകയായിരുന്നു. കഴിഞ്ഞ അരമണിക്കൂർ മുമ്പാണ് ദുബായ് എയർപോർട്ടിൽ നിന്നും പറന്നുയർന്നത്. വിമാനത്തിലെ അറിയിപ്പ് പ്രകാരം ഏകദേശം പതിനായിരം അടി മുകളിലാണ് ഇപ്പോൾ.

ശ്രദ്ധ വീണ്ടും പുസ്തകതാളിലേയ്ക്ക് തിരിച്ചു. അക്ഷരങ്ങളിലൂടെ മുന്നോട്ട് നീങ്ങവെ ഒരു ശബ്ദം: "മലയാളിയാണല്ലേ...?"

ഞെട്ടലോടെ നോക്കിയപ്പോൾ ചിരിയോടെ ഒരു മധ്യവയസ്ക്കൻ നിൽക്കുന്നു.

"നാലുകെട്ട് വായിക്കുന്നത് കണ്ടപ്പോൾ ഒരത്ഭുതം. അതു ദുബായ് കെയ്റോ വിമാനത്തിൽ" ചിരിച്ചു കൊണ്ട് തന്നെയാണ് മധ്യവയസ്ക്കൻ അത്രയും പറഞ്ഞത്.

അയാളും ചിരിച്ചു.

തൊട്ടടുത്ത ഒഴിഞ്ഞ സീറ്റിൽ ഇരുന്ന് മധ്യവയസ്ക്കൻ പറഞ്ഞു: "ഒരു മലയാളിയെ കണ്ടപ്പോ വല്ലാത്ത ഒരു സന്തോഷം അത് കൊണ്ടാണ് തെറ്റിധരിക്കരുത്"

"അതിനെന്താ ?"

"പിന്നെ, ഒരു സംശയം. ഒന്നും വിചാരിക്കരുത്..."

"പറയൂ എന്താ.....?"

"താങ്കൾ ഈജിപ്തിലേക്ക് ടൂർ പോകുകയാണോ?"

"അല്ല ഞാൻ എന്റെ മകളെ കാണാൻ പോകുന്നു"

"മകളെ കാണാനൊ?" സഹയാത്രികന് അത്ഭുതം

സഹയാത്രികന്റെ അത്ഭുതവും കണ്ണിൽ വിരിഞ്ഞ അനേകം ചോദ്യങ്ങളും മനസിലായ അയാൾ നാലുകെട്ടിനെ വിശ്രമിക്കാൻ വിട്ടു.

'അതെ എന്റെ മക്കൾ ഈജിപ്റ്റിലാണ്"

"അവിടെ പഠിക്കുകയാണൊ?"

"അവളുടെ അമ്മയുടെ നാടാണ് ഈജിപ്റ്റ്. ഇപ്പോൾ അവൾ അമ്മയുടെ കൂടെയാണ്."

ശരാശരി മലയാളിയുടെ സ്വഭാവം. അന്യന്റെ സ്വകാര്യതയിലേക്ക് കടന്നു കയറാൻ വില കൂടിയ സ്യൂട്ട് ഒരു തടസമായിരുന്നില്ല. പിന്നെയും പിന്നെയും ചോദ്യങ്ങൾ ചോദിച്ച് കൊണ്ടിരുന്നു.

"വിവാഹ മോചനത്തിന് ശേഷം സാറ ഈജിപ്റ്റിൽ നിന്നു തന്നെ വീണ്ടും വിവാഹം കഴിച്ചു അല്ലേ?"

"അതെ..."

"അതിൽ കുട്ടികൾ...?"

"ഇല്ല"

"എന്നാലും...മുൻ ഭാര്യയും ഭർത്താവും...പിന്നെ മകളും എനിക്ക് ഒരു സിനിമ കണ്ട പ്രതീതിയാണ്".

"ഞങ്ങൾ പൂർണ്ണ സ്വാതന്ത്ര്യത്തോടെ, സമ്മതത്തോടെ, സാഹചര്യങ്ങൾ കാരണം പിരിഞ്ഞവരാണ്. അല്ലാതെ...?"

"ക്ഷമിക്കണം ഞാൻ..."

"എനിക്ക് മനസ്സിലായി"

എന്നിട്ടും സഹയാത്രികൻ വല്ലാത്ത അത്ഭുതത്തിലായിരുന്നു. മുൻ ഭാര്യയുടേയും ഭർത്താവിന്റെയും വീട്ടിലേക്ക് മകളെ കാണാൻ പോകുന്ന ഒരാൾ. ഇത്രയും വിശാലമായ ഒരു ലോകമോ ?

സഹയാത്രികൻ അയാളുടെ സീറ്റിലേക്ക് തിരിച്ച് പോയിട്ടും അയാൾക്ക് പിന്നെ വായിക്കാൻ കഴിഞ്ഞില്ല. ചിന്തയോടെ അങ്ങിനെ ഇരുന്നു. പിന്നീടെപ്പോഴോ ഉറക്കത്തിലേക്ക് വഴുതി വീണു.

മഞ്ഞ് പാളികൾക്കിടയിലൂടെ ഈജിപ്റ്റിന്റെ വിദൂര ദൃശ്യം കണ്ട് കൊണ്ടാണ് ഉറക്കത്തിൽ നിന്നും ഉണർന്നത്. മനോഹരമായ ആ ദൃശ്യം വിൻഡോയിലൂടെ കണ്ട് കൊണ്ടിരിക്കേ ഫ്ളൈറ്റ് ലാന്റിങ്ങ് അറിയിപ്പ് ലഭിച്ചു. അങ്ങിനെ മണിക്കൂറുകൾക്ക് ശേഷം വീണ്ടും ഭൂമിയിലേക്ക്....

എയർപോർട്ടിൽ നിന്നും പുറത്ത് വരുമ്പോൾ കണ്ടു അതാ എയ്ഞ്ചൽ ഓടി വരുന്നു. അയാൾ അവളെ വാരി എടുത്തു. എയ്ഞ്ചൽ കരച്ചിലോടെ അയാളെ കെട്ടിപിടിച്ച് തോളിൽ കിടന്നു.

അയാൾ എയ്ഞ്ചലിന്റെ മനോഹരമായ മുടിയിലൂടെ തഴുകി നിൽക്കേ അയാൾക്ക് അടുത്തേക്ക് സാറയും ഭർത്താവും നടന്നു വന്നു. സാറയെ അയാൾ നോക്കി കൂടെയുള്ള തടിച്ച മനുഷ്യനെ സാറ തിടുക്കത്തിൽ പരിചയപ്പെടുത്തി.

"എന്റെ ഭർത്താവ്"

അയാൾ തടിച്ച മനുഷ്യന് നേരെ കൈ നീട്ടി. അവർക്കിടയിൽ ഹസ്തദാനം നടന്നു.

തോളിൽ നിന്നും എഴുന്നേറ്റ എയ്ഞ്ചൽ നിറുത്താതെ സംസാരിച്ച് കൊണ്ടിരുന്നു.

ഓടികൊണ്ടിരുന്ന കാറിൽ എയ്ഞ്ചലിന്റെ കഥകൾ കേട്ട് കൊണ്ട് അയാൾ പിൻസീറ്റിൽ ഇരുന്നു. സാറയാണ് ഡ്രൈവ് ചെയ്തിരുന്നത്. അവൾ ഇടയ്ക്ക് മിററിലൂടെ അയാളെ നോക്കുന്നുണ്ടായിരുന്നു. നിർവ്വികാര മുഖഭാവത്തോടെ റോഡിലേയ്ക്ക് നോക്കി അവളുടെ ഭർത്താവ് അവൾക്ക ടുത്ത് നിശ്ചലനായി ഇരുന്നു.

സാറയുടെ മനോഹരമായ വീടിന്റെ മുന്നിലെത്തിയ അവർ പുറത്തി റങ്ങി. എയ്ഞ്ചൽ അയാളുടെ കൈ പിടിച്ച് പുറത്തേക്ക് നടന്നു.

"എയ്ഞ്ചൽ ദൂരെ പോകണ്ട. അപ്പയ്ക്ക് ക്ഷീണമുണ്ടാകും. വിശ്രമിക്ക ട്ടെ" സാറ പറഞ്ഞു.

അതിനു എയ്ഞ്ചലും അയാളും മറുപടി പറഞ്ഞില്ല.

എയ്ഞ്ചൽ വിശേഷങ്ങൾ പറഞ്ഞു കൊണ്ടേ ഇരുന്നു. അങ്ങിനെ ഈജിപ്തിന്റെ ഗന്ധം ശ്വസിച്ച് സ്വന്തം ആത്മാവിനെ തൊട്ട് അയാൾ നടന്നു.

സൂര്യാസ്തമയത്തിന്റെ മഞ്ഞ വെളിച്ചം പരന്ന വിശാലമായ ഭൂമിയിലേ ക്ക് നോക്കി അയാൾ ഓർമ്മയിൽ മുഴുകി നിന്നു. ചിന്തയിൽ നിന്നുയർന്ന് അയാൾ കട്ടിലിലേക്ക് ശ്രദ്ധ തിരിച്ചു. എയ്ഞ്ചൽ ശാന്തമായി മന്ദസ്മി തത്തോടെ കട്ടിലിൽ കിടന്നുറങ്ങുന്നു. വാതിലിൽ മുട്ട് കേട്ട് അയാൾ നോക്കി സാറയായിരുന്നു.

"തനിക്ക് ബുദ്ധിമുട്ടായി അല്ലേ?" സാറ ചോദിച്ചു.

"ബുദ്ധിമുട്ടോ എന്തിന്?"

"എയ്ഞ്ചൽ ഇങ്ങനെ ചിരിച്ചിട്ട് കുറേ ആയി. എന്നും തന്റെ ഫോട്ടോ കെട്ടിപ്പിടിച്ച് സങ്കടത്തോടെയാണ് ഉറങ്ങാറ്. മാത്രമല്ല എന്റെ ജീവിതത്തിലേക്ക് മറ്റൊരാൾ കടന്ന് വന്നത് മുതൽ അവൾ കുറേ കൂടെ എന്നിൽ നിന്നകന്ന പോലെ ആയി. സംസാരമില്ല, ചിരിയില്ല'' സാറ പറഞ്ഞു: "തന്നെ കണ്ടപ്പോൾ എല്ലാം ശരിയായി''.

"ഊം...'' അയാൾ പറഞ്ഞു: "ഞാനവളെ കൊണ്ട് പോകുകയാണ് "

"എനിക്ക് അവളെ കാണാതിരിക്കാൻ കഴിയില്ല'' സാറ പറഞ്ഞു: "എങ്കിലും സാരമില്ല. തന്റെ കൂടെ മാത്രമെ അവൾക്ക് സന്തോഷമുണ്ടാകൂ''

"ഊം...''അയാൾ മൂളി

എയ്ഞ്ചൽ ഉറക്കത്തിൽ പതുക്കെ മന്ത്രിച്ചു: "അപ്പാ...അപ്പാ...''

സുഖകരമായ തണുപ്പുള്ള പ്രഭാതത്തിൽ സൈക്കിളിൽ എയ്ഞ്ചലുമൊത്ത് പിരമിഡ് കാണാൻ അയാൾ പുറപ്പെട്ടു. വെളുത്ത ഉടുപ്പും തൊപ്പിയും ധരിച്ച എയ്ഞ്ചൽ ഒരു മാലാഖ പോലെ തന്നെ ആയിരുന്നു.

മുന്നോട്ട് പോകുമ്പോൾ ഒരു മനുഷ്യൻ പോകുന്നവർക്ക് ഭക്ഷണം വിതരണം ചെയ്യുന്നത് കണ്ടു. അതിൽ കൗതുകം തോന്നിയ അയാൾ ഭക്ഷണം വിതരണം ചെയ്യുന്ന മനുഷ്യനുമായി സംസാരിച്ചു.

"താങ്കൾ എന്താണ് ചെയ്യുന്നത് ?''

ആ മനുഷ്യൻ തല ഉയർത്തി അയാളേയും എയ്ഞ്ചലിനേയും നോക്കി. ആ മനുഷ്യന്റെ കണ്ണുകൾ ഈറനണിയുന്നത് അവൻ കണ്ടു. ആ കണ്ണുകളിലെ ആഴവും തീവ്രതയും അയാൾ അനുഭവിച്ചു.

"എന്റെ മാതാവിന്റെ ഓർമ്മയ്ക്ക് വേണ്ടിയാണ് ഞാനിത് ചെയ്യുന്നത്'' ആ മനുഷ്യൻ പറഞ്ഞു.

ഒന്നും പറയാനാകാതെ നിർമ്മലമായ സ്നേഹത്തിന്റെ പൊക്കിൾക്കൊടിയുടെ ആർദ്രതയിൽ അയാൾ നിൽക്കെ ആ മനുഷ്യൻ തുടർന്നു: "നരകയാതന അനുഭവിക്കുന്ന എന്റെ മാതാവിനെ എനിക്ക്...എനിക്ക്...''കണ്ണുകൾ തുടച്ച് അയാൾ ഒരു ഭക്ഷണ പാക്കറ്റ് അവർക്ക് നേരെ നീട്ടി അതിനപ്പുറം പിരമിഡുകൾ ആകാശത്തിലേക്ക് തല ഉയർത്തി നിന്നു.

സൈക്കിളിൽ അവർ മുന്നോട്ട് പോയി കൊണ്ടിരുന്നു. കുറച്ച് നേരത്തെ മൗനത്തിന് ശേഷം എയ്ഞ്ചൽ ചോദിച്ചു: "അപ്പാ അയാളെന്തിനാ കരഞ്ഞത്?''

ഒരു ദീർഘശ്വാസമെടുത്ത് കൊണ്ട് അയാൾ പറഞ്ഞു: "അയാൾക്ക് അപ്പയും അമ്മയും ഇല്ല അത് കൊണ്ട്. അപ്പയെ കാണാതെ മോൾ കരഞ്ഞില്ലേ അത് പോലെ''.

"ഊം....ശരിയാ....''

ഈജിപ്തിന്റെ സ്വർണ്ണവർണ്ണം പെയ്യുന്ന സൂര്യനെ പുറകിലാക്കി എയ്ഞ്ചലുമായി മടങ്ങുമ്പോൾ പരിവർത്തനത്തിന്റെ പന്ഥാവ് തേടുന്ന ഒരു പിതാവായി മാറുകയായിരുന്നു അയാൾ. എയർപോർട്ടിൽ അവരെ യാത്ര അയക്കുമ്പോൾ സാറയുടെ കണ്ണുകൾ നിറഞ്ഞിരുന്നു.

ആയിരം വാക്കുകളേക്കാൾ വാചാലമായ മൗനത്തിന്റെ തീവ്രതയിൽ അയാൾ സാറയോട് യാത്ര പറഞ്ഞു. ഹസ്തദാനം ചെയ്യുമ്പോൾ സാറയുടെ കയ്യിന്റെ മൃദുലത അയാളെ ഓർമ്മകളിലേക്ക് നയിച്ചു. ആ കൈകൾ അതിന്റെ തലോടുകളിൽ മടങ്ങിയ രാവുകൾ...

എയ്ഞ്ചലിനെ കെട്ടിപിടിച്ച് ഉമ്മ നൽകുമ്പോൾ അവളുടെ കണ്ണിൽ നിന്നും കണ്ണുനീർ ഇറ്റി വീണു.

എയ്ഞ്ചലിന്റെ കൈ പിടിച്ച് തിരിഞ്ഞ് നടക്കവേ അയാൾ ഒരിക്കൽ കൂടി സാറയെ നോക്കി അയാൾ മന്ത്രിച്ചു: നന്ദി സാറ...നന്ദി...

പൈതൃകം

ആകാശത്തെ തൊട്ടുരുമ്മിയ ഫ്ലാറ്റിന്റെ വിശാലമായ കക്കൂസിലെ വിലകൂടിയ യൂറോപ്യൻ ക്ലോസറ്റിൽ ഇരുന്ന് കൊണ്ട് ചക്രവാളം നോക്കി കണാരൻ ഉറക്കെ ചിരിച്ചു. വീണ്ടും വീണ്ടും ചിരിച്ചു. ഒരട്ടഹാസമായി ചിരിയുടെ അലകൾ മനോഹരമായ വിൻഡോയിലൂടെ പുറത്തേക്കൊഴുകി. ഇറക്കി വെട്ടിയ തന്റെ നരച്ചകൃതാവിൽ തലോടി പിന്നെയും കണാരൻ ചിരിച്ചു. ചിരിയുടെ മൂർദ്ധന്യത്തിൽ കണാരന്റെ കണ്ണുകൾ നിറഞ്ഞു. അവയിൽ നിന്നും ഉപ്പുരസമുള്ള നീർ കവിളിലൂടെ താഴേക്കൊഴുക്കി കൊമ്പൻ മീശയ്ക്കുള്ളിൽ അവ അപ്രത്യക്ഷമായി. കണാരൻ കാലുകൾ തറയിലമർത്തി ഒന്നുകൂടെ സുഖമമായി ഇരുന്നു. നേരം തെറ്റിയ ഒരു പ്രയോഗമായിരുന്നു അത്. പൊട്ടിയും ചീറ്റിയും അത് നടക്കുമ്പോൾ കണാരനു വീണ്ടും ചിരിക്കണമെന്ന് തോന്നി. ആത്മസംയമനത്താൽ ഒരു വിധത്തിൽ ആ ചിരി കണാരൻ നിയന്ത്രിച്ചു. നഗ്നമായ ജരാനരകൾ ഏറ്റുവാങ്ങിയ തന്റെ ശരീരത്തിലൂടെ കണ്ണുകൾ നീങ്ങുമ്പോൾ കണാരന്റെ കണ്ണുകൾ വീണ്ടും നിറഞ്ഞൊഴുകി. പൊട്ടി പൊളിഞ്ഞ ഓർമ്മകളിലേക്ക് കണാരൻ താളാത്മകമായി പതുക്കെ പ്രവേശിച്ചു.

അത് കുടിയിരുപ്പിൽ കഴിയുന്ന കാലമായിരുന്നു. എന്നും അരപ്പട്ടിണി. അച്ഛൻ എത്ര അദ്ധ്വാനിച്ചാലും ആ അരപ്പട്ടിണി അങ്ങിനെ തന്നെ തുടരും. കഞ്ഞിയിലെ വറ്റുകൾ തേടി പിടിക്കാൻ വലിയ പാടായിരുന്നു. ഒരിക്കൽ കടം വാങ്ങിച്ച അണകളുടെ കടം വീട്ടാനാകാതെ അച്ഛന്റെ ആരോഗ്യം ഊറ്റിയെടുത്ത് കൊണ്ടിരുന്ന മേലേടത്ത് തമ്പ്രാനോടുള്ള നിർവചിക്കാനാകാത്ത ഒരു വികാരം ഉള്ളിൽ നീറിപ്പുകയും അത് വെറുതെ പുകഞ്ഞ് കൊണ്ടിരിക്കുകയും ചെയ്ത് കൊണ്ടിരുന്നു.

വെളിക്കിരിക്കുക എന്ന കടമ്പയ്ക്ക് വേണ്ടി ഇരുട്ടുന്നത് വരെ കാക്കണം. അങ്ങിനെ ഇരുട്ടിയാൽ ഒരോട്ടമാണ് പറമ്പിലേക്ക്. അത്രമേൽ ആസ്വാദ്യകരമാണ് അത് എന്ന് തിരിച്ചറിയുമ്പോൾ സുഖകരമായ ഒരു തളർച്ചയിലേക്ക് കടന്നിരിക്കും.

ചുറ്റു ഭാഗങ്ങളിലുള്ള പലരും വെളിക്കിരിക്കുന്ന ഒരു പറമ്പാണ് അത്. അത് കൊണ്ട് തന്നെ വളരെ സൂക്ഷിക്കണം!

ഒരു പകലിൽ തനിക്ക് കലശലായ ഊറൽ ശങ്ക ഉണ്ടാവുകയും ഞെരിപിരി കൊള്ളുകയും ചെയ്ത്, മറ്റ് മാർഗ്ഗങ്ങൾ ഇല്ലാതെ പറമ്പിലേക്ക് ഓടി. അന്ന് പറമ്പിലെ തെങ്ങുകയറ്റമായത് തന്റെ വിധി.

നഗ്നനായി തെങ്ങിൽ കെട്ടിയിട്ട സമയം ഇ.എം.എസ് മന്ത്രിസഭ അധികാരത്തിലേറുകയായിരുന്നു.

കണാരൻ ചുളിവ് പടർന്ന തുടയിലൂടെ കൈ ഓടിച്ചു. ഒന്ന് കൂടെ ചിരിച്ചു. ലക്ഷണങ്ങൾ വിലമതിക്കുന്ന ക്ലോസറ്റിൽ കണാരൻ ഒന്ന് കൂടി വിരിഞ്ഞിരുന്നു. വിൻഡോയിലൂടെ മേഘങ്ങൾ നീങ്ങുന്നത് കണാരന് കാണാം. ഒട്ടും മങ്ങാത്ത കാഴ്ചയുടെ തീവ്രതയിൽ കണാരൻ വിശ്രമിച്ചു.

ഓരോ അടിയിലും കണാരൻ ഉറക്കെ കരഞ്ഞു. "ഇഞ്ഞി ഊറൂല്ലേ...' അവൻ വിളിച്ചു പറഞ്ഞു കൊണ്ടിരുന്നു. അപ്പോഴും പുറത്ത് അടി വീണ് കൊണ്ടിരുന്നു.

പനിച്ച് വീർത്ത അച്ഛന്റെ മേൽ ആഭരണങ്ങൾ പോൽ കുരുക്കൾ പൊങ്ങി. ശരീരം ആസകലം പൊങ്ങി നിറഞ്ഞു. കണ്ണുകളിലും അവ പൊട്ടി ഒലിച്ചു.

"മോനെ..." അച്ഛൻ കൈ കൊണ്ട് തപ്പി വിളിക്കും.

അച്ഛന്റെ കൈകൾ മുറുകെ പിടിച്ച് വാക്കുകൾക്ക് ചെവിയോർക്കും. അൽപം കഞ്ഞിവെള്ളത്തിനായി പുറത്തിറങ്ങിയ തന്നെ എല്ലാവരും ആട്ടി ഓടിച്ചു.

ഒടുവിൽ, ഒടുവിൽ...

കണാരൻ ക്ലോസറ്റിലിരുന്ന് ഉറക്കെ ഒന്ന് കൂവി. കൈകൾ ഉയർത്തി മണത്ത് നോക്കി. അച്ഛന്റെ ശരീരത്തിലെ ചലത്തിന്റെയും നീരിന്റെയും മണം തന്റെ കൈകളിൽ അവശേഷിച്ചിട്ടുണ്ടെന്ന് കണാരനറിഞ്ഞു.

ജീവനറ്റ അച്ഛന്റെ ശരീരവും തന്റെ കുടിലും ചുട്ട് കരിക്കുമ്പോൾ കണാരൻ ഓടുകയായിരുന്നു. നിറുത്താതെ ആ ദിവസത്തിന്റെ അറ്റത്തോളം കണാരൻ ഓടി. തളർന്നു വീണ് പതുക്കെ ബോധം മറയുമ്പോൾ അവ്യക്തമായി കണ്ടു. കപ്പേളയിൽ കൈകൾ ഉയർത്തി മാതാവ്.

അതിനപ്പുറം ഒരു മുഖം തന്റെ അടുത്തേക്ക് വരുന്നതും കണാരൻ കണ്ടു, അത് ഒരു മാലാഖയായിരുന്നു. ആ മാലാഖയാണ് തന്നെ ലോകത്തിന്റെ നെറുകയിലേക്ക് കൈ പിടിച്ചുയർത്തിയത്. സിസ്റ്റർ അമല. ഒരു തരം ഭ്രാന്തമായ ആവേശമായിരുന്നു ചെയ്യുന്ന ഏത് പ്രവർത്തിയിലും. അത് കൊണ്ട് തന്നെ അതിലെല്ലാം വൻ വിജയം നേടി.

വയർ കടഞ്ഞ് പറമ്പിൽ പോയി വെളിക്കിരിക്കാൻ കഴിയാത്തവൻ. കണാരൻ വീണ്ടും ചിരിച്ചു. ആകാശത്ത് കറുത്ത മേഘക്കീറുകൾ അലക്ഷ്യമായി നീങ്ങി.

കുറേ നേരം ബെൽ മുഴക്കിയിട്ടും മറുപടി കാണാതെ സൂസൻ ഡ്യൂപ്ലിക്കറ്റ് കീ എടുത്ത് വാതിൽ തുറന്ന് അകത്ത് കയറി. സൂസന്റെ മുഖത്ത് എന്തോ പന്തികേട് നിഴലിച്ചു. സൂസൻ ഉറക്കെ വിളിച്ചു: “അപ്പച്ചാ...”

അതിന് മറുപടി ഉണ്ടായില്ല.

“അപ്പച്ചാ...” സൂസൻ വീണ്ടും വിളിച്ചു.

അപ്പോഴാണ് ആ ചിരിയുടെ അലകൾ സൂസന്റെ കാതിൽ പതിച്ചത്.

സൂസൻ ബാത്ത് റൂമിന്റെ അടുത്തേക്ക് ഓടി. അതിനകത്ത് നിന്നും ചിരിയുടെ ശബ്ദം വീണ്ടും ഉയർന്നു.

സൂസൻ വാതിലിൽ മുട്ടി വിളിച്ചു: “അപ്പച്ചാ....”

അതിനു മറുപടി ഉണ്ടായില്ല. സൂസൻ വീണ്ടും വീണ്ടും ശബ്ദം ഉയർത്തി വിളിച്ചു. പക്ഷേ അതിനൊന്നും മറുപടി ഉണ്ടായില്ല.

കണാരൻ വർത്തമാനം പിന്നിട്ട് ഭൂതത്തിലേക്ക് സഞ്ചരിക്കുകയായിരുന്നു. ഉറഞ്ഞ് തുള്ളുന്ന വെളിച്ചപ്പാടിന്റെ കൽപ്പന കേൾക്കാൻ അച്ഛന്റെ തോളിൽ ഇരുന്ന് ആൾക്കൂട്ടത്തിനുമപ്പുറം ദൂരെ മനുഷ്യർക്കിടയിലെ മനുഷ്യനല്ലാതെ അവർ നിന്നു. ദൈവങ്ങൾ പോലും അവരെ സ്വീകരിച്ചില്ല. പക്ഷേ അവർക്ക് ദൈവത്തെ കൈവിടാനാവില്ലായിരുന്നു. ഉണ്ണാനും ഉടുക്കാനും ഇല്ലാത്തവന്റെ വേവലാതിയും ദുഃഖവും പിന്നെ എവിടെ സമർപ്പിക്കും. വിശപ്പ് വായിൽ അവശേഷിപ്പിക്കുന്ന ഒരു കയ്പ്പ് ഉണ്ട് അത് പുറത്ത് കാട്ടാതെ കോരൻ അവസാന വറ്റും കണാരന്റെ വായിലേക്ക് ഒഴിച്ച് കൊടുക്കും.

ഓഫീസിൽ നിന്നും ധൃതിയിലാണ് പ്രിന്റോ എത്തിയത്. വേഗതയാർന്ന ലിഫ്റ്റ് മിനുട്ടുകൾ കൊണ്ട് പ്രിന്റോയെ ഫ്ലാറ്റിലെത്തിച്ചു. അവിടെ സൂസനും മറ്റ് ചിലരും ഉണ്ടായിരുന്നു.

‘എന്താ ? എന്താ ഒണ്ടായത്?’ പ്രിന്റോ ചോദിച്ചു.

'അപ്പച്ചൻ ബാത്ത് റൂമിലിരുന്ന് ചിരിക്കുന്നു. വിളിച്ചിട്ട് കേൾക്കുന്നില്ല'. സൂസൻ പറഞ്ഞു.

പ്രിന്റോ കതകിൽ തട്ടി വിളിച്ചു: 'അപ്പച്ചാ...അപ്പച്ചാ...'

അതിനും പ്രതികരണമുണ്ടായില്ല. ഇപ്പോൾ ചിരിയും കേൾക്കാനില്ല. വാതിൽ തുറക്കാനുള്ള പല ശ്രമങ്ങളും അവർ നടത്തി. എന്നാൽ വാതിൽ തുറക്കാൻ കഴിഞ്ഞില്ല. സമയം നീങ്ങിക്കൊണ്ടിരുന്നു. അവിടെ വന്നവരിൽ ഒരാൾ പറഞ്ഞു: 'നമുക്ക് പോലീസിൽ അറിയിക്കാം'.

മിനിട്ടുകൾക്കകം പോലീസ് എത്തുകയും വാതിൽ പൊളിച്ച് ബാത്ത്റൂമിൽ കയറി.

അബോധാവസ്ഥയിൽ നിലത്ത് കിടക്കുകയായിരുന്നു കണാരൻ. പോലീസിന്റെ സഹായത്തോടെ അവർ കണാരനെ ആശുപത്രിയിൽ പ്രവേശിപ്പിച്ചു.

ഐ സി യു വിന് പുറത്ത് പ്രിന്റോയും സൂസനും കാത്തിരുന്നു. കണാരൻ അബോധാവസ്ഥയിൽ തന്നെ തുടരുകയാണ് എന്ന അറിയിപ്പ് മാത്രമാണ് അവർക്ക് ലഭിച്ചത്.

ഐ സി യു വിലെ കനത്ത തണുപ്പിൽ പ്രതികരണങ്ങളൊന്നുമില്ലാതെ കണാരൻ ശാന്തമായി കിടന്നു. നിശ്ചലമായ കാലത്തിന്റെ ആവരണത്തിനകത്ത് അനന്തമായ മൗനത്തിൽ കണാരൻ വിശ്രമിച്ചു.

രാത്രി കനക്കുകയാണ്. പ്രിന്റോ പതുക്കെ കണ്ണുകളടച്ച് ചുമരിൽ ചാരി. അടക്കാനാകാത്ത ദുഃഖത്തിന്റെ ഭാരത്താൽ പ്രിന്റോ ഒന്ന് ദീർഘശ്വാസം ചെയ്തു. സൂസൻ പ്രിന്റോയുടെ അടുത്ത് വന്നിരുന്ന് തോളിൽ കൈവെച്ചു. പ്രിന്റോ ഞെട്ടലോടെ കണ്ണുകൾ തുറന്നു.

എന്തെങ്കിലും കഴിച്ചൂടെ. ഇത് വരെ ഒന്നും കഴിച്ചില്ലല്ലോ ? സൂസൻ ചോദിച്ചു.

'വേണ്ട' പ്രിന്റോ പറഞ്ഞു.

കോഴിക്കോട് നിന്ന് ഫാദർ ജോൺ വിളിച്ചിരുന്നു.

'ഊം...' പ്രിന്റോ മൂളി.

അവന്റെ മനസ്സിലൂടെ ഒരു തേങ്ങൽ കടന്ന് പോയി. സ്വന്തമെന്ന് പറയാൻ ഭൂമിയിൽ ആരും ഇല്ലാതെയായപ്പോൾ ദൈവദൂതനായി ഒരു മനുഷ്യൻ കടന്ന് വന്നു. അയാൾ സർവ്വം നൽകി...

പെട്ടന്ന് ഐ സി യു വിന്റെ വാതിൽ തുറന്നു. ഡോക്ടർ ധൃതിയിൽ പുറത്ത് വന്നു.

പ്രിന്റോ യാന്ത്രികമായി കസേരയിൽ നിന്നും എഴുന്നേറ്റു. ഡോക്ടർ പറഞ്ഞു: 'വിശമിക്കരുത് പ്രായമായ ആളല്ലേ....'

പ്രിന്റോ പിന്നെ ഒന്നും കേട്ടില്ല. സ്വന്തമായി ഒന്നും നേടാത്ത ആയിരങ്ങൾക്ക് വേണ്ടി ഒരു മനുഷ്യൻ ജീവിച്ചു. ഒടുവിൽ കാലം...

സൂസന്റെ നേർത്തകരച്ചിലിന്റെ ശബ്ദം മാത്രം പ്രിന്റോ കേട്ടു.

നിർജ്ജീവമായ കണാരന്റെ മുഖത്ത് ഒരു ചിരി ബാക്കി നിന്നിരുന്നു. വലത് കൈ ചുരുട്ടി ഒരു മുദ്രാവാക്യത്തിന്റെ ധ്വനിയിൽ കട്ടിലിൽ കണാരൻ കിടക്കുമ്പോൾ റേഡിയോയിൽ നിന്നും ഇന്ത്യയുടെ സ്വാതന്ത്ര്യദിന സന്ദേശം നേർത്ത ശബ്ദത്തിൽ വന്ന് കൊണ്ടിരുന്നു.

●